Mundo Ng Bangungot:
The Anthology

Draven Black

Ukiyoto Publishing

Acknowledgement

I would like to thank my readers (Black Syndicate) sa bagong milstone na ito. Kayo ang nakasama ko sa pagtupad ng aking pangarap na magkaroon ng sariling libro. Kaya naman sa inyo ko rin inaalay ang tagumpay na ito. Sobra akong nagpapasalamat sa ibinigay n'yong suporta sa akin mula noong magsimula akong magsulat sa online way back 2014 hanggang ngayong kasalukuyan. Hindi kumpleto ang sarili ko bilang manunulat kung wala kayo. Dahil sa mga papuri n'yo, sa mga advice n'yo, pati na rin sa inspirasyon na binibigay n'yo sa akin ay umabot ako sa ganitong yugto ng aking buhay. Kaya naman ang librong ito ay hindi lamang sumisimbolo ng aking tagumpay, kundi tagumpay nating lahat bilang isang pamilya at kapatiran sa loob ng Black Syndicate. Long live to all Black Syndicates out there!

Nais ko ring pasalamatan ang mga narrators sa Philippine Horror Community na nagtiwala sa aking kakayahan at binigyan ako ng pagkakataon na makilala sa YouTube. Hindi rin kumpleto ang buhay ko bilang manunulat kung wala kayo, dahil kayo ang nagbigay ng daan sa akin para lumawak pa ang pangalan ko at mas makilala pa ng marami sa iba't ibang platform sa social media. Nais ko ring magpaabot ng malaking pasasalamat sa Hilakbot TV, Sandatang Pinoy, Room 666, Pinoy Midnight Stories, Hadlok Station, DarkHub Stories, Pinoy Creepypasta, Scream PH, Twisted Tales of the Dark Side, Kuwentong Takipsilim, Mischevous Being, at sa iba pang mga channel na nakatrabaho ko na before. More projects to come pa po sa ating lahat!

At bago magtapos ang lahat, gusto ko ring magbigay ng deepest thank you sa mga batikang awtor na naging inspirasyon ko noong nagsisimula pa lang akong maging manunulat. Walang iba kundi sina Imelda Estrella, Alquin Pulido, Ron Mendoza, Jeffrey Marcelino Ong at TheLadyInBlack09. Dahil sa mga obra ninyo, nakahiligan ko ang pagbabasa ng libro, lalo na ng mga kuwentong katatakutan, na siyang nagtulak sa akin para makabuo rin ng sarili kong mga obra. Kayo ang nagsisilbing mga masters ko!

Contents

This Person Does Not Exist

This person does not exist. Isang website na naglalabas ng mga litrato ng iba't ibang tao. Lalaki, babae, bata, matanda. Ngunit lahat ng mga ito ay hindi nag-e-exist sa mundo. Sila ay gawa lamang ng artificial intelligence na kumuha ng kapirasong larawan mula sa iba't ibang tao saka pinagsama-sama ang maliliit na detalye para makabuo ng bagong mukha.

Walang nakakaalam kung sino ang gumawa ng website na iyon. Wala ring nakakaalam kung kailan ito nilabas. Basta't ang tanging laman ng website ay mukha ng isang tao na hindi naman talaga nabubuhay sa mundo. Kapag ito ay ni-refresh, maglalabas lang uli ng bagong mukha ang website. Ganoon lang. Paulit-ulit na proseso.

Marami tuloy ang natakot dito at kinilabutan. Sa sobrang layo na ng nararating ng utak ng tao, nakakabuo na sila ng teknolohiyang kayang gumawa ng isang non-existence face. Paano na lang kaya kung isang araw ay makasalubong mo ang isang taong hindi naman nag-e-exist?

Nakakakilabot isipin.

Pero si Yolo, sa halip na matakot ay ginamit niya ang website para matupad ang pangarap ng asawang si Maila na gumanda.

Kung tunay ngang hindi nag-e-exist ang mga mukha na inilalabas ng website na ito, maaari silang kumuha ng isang magandang mukha roon para ipagaya sa duktor na magsasagawa ng plastic surgery kay Maila.

Hindi na nito kailangan pang gayahin ang mukha ng ibang artista para lang gumanda. Ang mga mukhang inilalabas sa *This Person Does Not Exist* website ang magiging sagot sa problema nila.

Muling binisita ni Yolo ang website. *"thispersondoesnotexist.com".* Lumitaw roon ang mukha ng isang mestizang bata. Ni-refresh niya ang website. Naglabas ito ng panibagong mukha. Isang lalaki naman na mukhang Koreano.

Refresh lang siya nang refresh sa website hanggang sa lumabas ang isang mukha ng babae na Morena pero may taglay na gandang walang kapantay. Pinakita niya ito sa asawa niya. Nagustuhan din ito ng babae.

"Sigurado ka na ba, mahal? Ito na ang mukha na gusto mo?"

"Oo, mahal! Ang ganda niya grabe! Kunin mo na 'yan! Iyan na ang ipapagawa natin sa doktor ko," sabik na sagot ng babae.

Nagkasundo ang dalawa. Ito na ang mukhang gagamitin nila. Ini-save ni Yolo ang larawan sa laptop.

Kinabukasan, nagtungo sila sa duktor ni Maila at ipinakita ang larawan. "Iyan po ang gustong mukha ni Maila, doc," sabi ni Yolo sa doktor.

Nangunot ang noo ng plastic surgeon. "Sino pala ang babaeng ito? Ang ganda niya, ah. Para siyang Latina."

"Hindi na mahalaga 'yon, doc. Basta iyan na lang ang mukha na gawin n'yo sa asawa ko."

"Sige ba! Walang problema!"

Inayos din ng duktor ang schedule ng surgery ni Maila. Next day ay babalik sila roon para isagawa na ito.

Kabado ngunit sabik na sabik si Maila. Hindi na siya makapaghintay na magbago ang buhay at mukha niya.

"Salamat, mahal. Napaka-supportive mo talaga sa akin."

"Wala 'yun! Naiintindihan ko kung ano ang pinagdadaanan mo, pati na ang mga insecurities mo. Alam kong matagal mo na ring pangarap 'to kaya siyempre hindi kita pipigilan. Basta lagi mo lang tandaan na kahit ano pa ang hitsura mo, mahal na mahal kita at mamahalin pa rin kita." Sabay halik ni Yolo sa pisngi ng babae.

Napaiyak si Maila. "Salamat, mahal!"

DUMATING ang araw na pinakahihintay ng babae. Nang ipasok na siya sa surgery room ay nanatili na lamang sa labas si Yolo.

Inabot ng ilang oras bago natapos ang operasyon. Nang ilabas na si Maila ay balot na balot ito ng benda sa mukha. Hindi raw muna puwedeng tanggalin iyon ng ilang araw para mabilis na humilom ang mga sugat.

Pagkauwi nila ay si Yolo na muna ang gumawa sa mga gawaing bahay na madalas gawin ni Maila noon. Ipinagpahinga niya ang babae habang sariwa pa ang mukha nito.

"M-Mahal…" tawag ni Maila habang nakasandal sa kama.

"Bakit mahal ko? Ano ang kailangan mo?" Nilapitan ito ni Yolo.

"Puwede na ba nating tanggalin 'tong benda sa mukha ko?"

"Sa ngayon ay hindi muna puwede, mahal. Narinig mo naman 'yong bilin ni doc 'di ba? Maghintay muna tayo ng ilang araw." Niyakap niya ito saka hinalikan sa ulo. "Huwag kang mainip, mahal. Konting hintay na lang. Masisilayan mo na rin ang bago mong mukha."

Gumanti rin ng yakap si Maila. "Hindi ko lang talaga maiwasan ma-excite masyado, mahal. Lalo na't feeling ko hindi yata ako makakatulog hangga't hindi ko nakikita ang mukha ko."

"Huwag naman ganoon," tumatawang sagot ni Yolo. "Kailangan mo pa ring matulog para maging healthy ka. Baka pagtanggal natin dito ay magmukha kang haggard dahil sa puyat. Basta huwag mo masyadong bantayan at bilangin ang oras. Darating din tayo d'yan."

Tumango na lamang ang babae at pinilit itapon sa isip ang labis na pagkasabik.

Ilang araw ang lumipas ay nakatanggap din sila ng tawag sa duktor na puwede nang tanggalin ang benda sa mukha ni Maila.

Si Yolo mismo ang nagtanggal nito habang nakaupo ang babae sa harap ng salamin. Pareho silang nagulat nang masilayan ang bagong mukha ni Maila.

Nag-iba na nga ang hitsura niya. Parang ibang tao na siya. Bagamat sariwa pa rin ang ilang bahagi ng kanyang mukha, nagsabi naman ang duktor na normal lang daw ito dahil nag-a-adjust pa ang mga gamot na itinurok sa kanyang balat. Makikita lang daw nila ang ganap niyang kagandahan sa loob ng isang buwan.

"Huwag kang mag-alala, mahal. Normal lang daw 'to sabi ni doc. Hayaan mo at di magtatagal, tuluyan na ring lilitaw ang kagandahan mo gaya ng babaeng nakuha natin sa website na 'yon."

Napangiti na rin si Maila. "Tama ka, mahal. Kaunting panahon na lang din ang hihintayin natin. Hindi ko na kailangang mainip. Lalo na ngayong malaki talaga ang pagbabago ng mukha ko. Kuhang-kuha ni doc 'yong mga expectations ko. Paano pa kaya kapag humilom na ito?"

"Kaya nga gaya ng sabi ko sa `yo, huwag mong bantayan ang oras dahil kusa ring darating 'yon nang hindi mo namamalayan."

TULOG na ng gabing iyon si Maila. Si Yolo naman ay kaharap muli ang laptop at binisita ang website ng *This Person Does Not Exist*.

Muli niyang tiningnan ang mga litratong naroroon. Mga mukha ng taong hindi nag-e-exist. Mga hindi totoong nabubuhay sa mundo.

Nakapagtataka. Labis siyang nagtataka kung paano nabuo ang mga mukhang iyon. Noong una pa lang niyang nadiskubre ang website na ito ay nanaliksik agad siya kung tunay nga bang walang nagmamay-ari sa mga litratong iyon.

Base sa kanyang pananaliksik, napatunayan nga niyang hindi totoo ang mukha ng mga tao roon. Hindi sila totoong tao. Gawa lamang sila ng teknolohiya.

Marami pa rin siyang katanungan sa website na iyon. Pero hindi na mahalaga kung malaman pa niya o hindi. Mas mahalaga sa kanya ngayon ang matagumpay na operasyon ng asawa niya para mapaganda ang mukha nito.

Habang kinakalikot ang naturang website ay biglang nahulog ang flower base sa tabi niya. Napaatras siya sa kinauupuan. Paano ito nahulog nang ganoon?

Pati si Maila ay nagising sa pagkabasag ng flower base. "A-anong nangyari?"

"W-wala, mahal! Nasagi ko lang!" sabi na lamang niya para hindi magdulot ng takot sa asawa.

Niligpit na lang niya ang nabasag na flower base at inilabas ng kuwarto. Itinapon niya ito sa basurahan nila sa kusina.

Babalik na sana siya sa kanilang silid nang gumalaw bigla ang basong iniwan ni Maila sa lamesa. Doon tuluyang kumabog nang malakas ang dibdib ni Yolo. Dali-dali siyang umakyat sa kuwarto at yumakap sa asawa.

Hindi siya naniniwalang nagkataon lang ang lahat. Malakas ang kutob niya, may nangyayari ngang kakaiba sa paligid kanina. Kung anuman iyon ay hindi niya alam.

Nagpatuloy pa ang kakatwang pangyayari sa loob ng bahay nila sa mga sumunod na araw. Madalas mahuli ni Yolo ang iba't ibang gamit sa paligid na biglang gumagalaw tuwing dadaan siya o di kaya'y biglang mababasag.

Wala namang lindol o hangin na puwedeng magpagalaw sa mga ito. Ang mga gamit mismo ang biglang gagalaw sa puwesto at mahuhulog sa sahig.

Hindi na niya napigilang sabihin ito kay Maila. "Nitong mga nakaraang araw, may napapansin ako sa bahay na 'to."

"Ano naman 'yon?"

"Natatandaan mo ba 'yong nabasag na flower base sa room natin? Hindi ko naman talaga nasagi 'yon, mahal. Kusa iyong gumalaw at nahulog! Pati 'yong basong iniwan mo sa lamesa, nakita kong gumalaw rin 'yon noong tinapon ko 'yong basag na flower base."

Nagulat si Maila. "Ano? Sigurado ka?"

"Tapos kanina, pagkapunta ko sa sala, biglang gumalaw 'yong picture frame ko at nahulog. Ayun nabasag tuloy kaya nilipat ko na lang sa ibang frame 'yong litrato ko. Hindi lang 'yon, mahal. Ilang beses nang nangyari 'yon sa akin nitong mga nagdaang araw."

"Pero matagal na tayong nakatira dito, mahal. Sa tagal natin dito ni minsan wala man tayong na-encounter na multo o anumang spirits dito. Bakit ngayon lang nangyayari 'yan? Saka bakit ikaw lang ang nakakaramdam? Sa akin wala naman."

"Iyon nga ang ipinagtataka ko, eh. Napapansin ko nga rin na parang sa akin lang nangyayari 'to."

"Baka naman may pinagdadaanan kang hindi mo sinasabi sa akin? Baka dulot 'yan ng stress mo?"

"Maila, wala akong problemang hindi sinabi sa 'yo. Hindi rin ako stress. Hindi ito depression at hindi rin dulot ng kung ano pang problema. Saka ano naman ang poproblemahin ko? E, sunod-sunod nga ang dating ng blessings sa atin ngayon."

Matagal bago nakasagot ang babae. "Siguro humingi tayo ng tulong sa mga espiritista, para malaman natin kung ano talaga ang nangyayari sa `yo."

"Siguro gano'n na nga. Pero huwag muna ngayon. May pupuntahan kasi ako bukas. Sa weekend na lang, ha?"

Binabad ni Yolo ang sarili sa trabaho para makalimot sa mga nangyayari sa kanya. Pero tuwing uuwi siya sa bahay ay bumabalik din ang mga iyon kapag nadadaanan niya ang mga gamit sa paligid na bigla na lang gagalaw, mahuhulog at mababasag.

Para bang may nilalang siyang hindi nakikita at ito ang gumagalaw sa mga gamit nila.

Nang gabing iyon ay muli niyang binisita ang website ng *This Person Does Not Exist* para tumingin ng bagong mga litrato. Naghanap siya ng isang mukha na kakaiba ang taglay na kaguwapuhan. Parang nagbabalak siyang magpa-plastic surgery gaya ng ginawa ni Maila para maging guwapo rin siya.

Refresh siya nang refresh habang naghahanap ng mukha na magugustuhan niya. Subalit sa isang litrato na lumitaw sa screen ay nagulat siya. Mukha niya ang kanyang nakita roon!

At nang magtagpo ang kanilang mga mata ng litrato niya roon ay bigla siyang nahilo. Sobrang pagkahilo na nagpadilim sa kanyang diwa.

Nagising na lang siyang nakabulagta sa malamig na sahig. Bumangon siya at lumingon sa paligid. Nakita niya ang asawa niyang nakahiga roon at natutulog.

Nilapitan niya ito at doon ay nagulat siya. Sinubukan niyang hawakan ang asawa pero tumagos lang ang kamay niya roon. Kinabahan siya. Sinubukan pa niyang hawakan ang mga gamit nila sa paligid. Ngunit tumagos lang din ang kamay niya roon.

Tinawag niya ang pangalan ng asawa pero hindi ito sumasagot. Kahit anong sigaw at hagulgol niya ay hindi siya nito naririnig.

Lumabas siya ng kuwarto pero tumagos lang ang katawan niya sa pinto. Hinawakan pa niya ang ilang mga gamit nila sa paligid ngunit hindi na niya mahawakan iyon. Lalong kumabog ang dibdib niya.

Sinubukan niyang lumabas at pumagitna sa daan ngunit tumagos lang din sa katawan niya ang mga nagdadaang sasakyan. Nilapitan din niya ang mga tambay sa tabi pero hindi rin siya naririnig ng mga ito.

Wala nang nakakakita sa kanya. Wala ring nakakarinig.

Nagbalik siya sa bahay nila, at doon ay nakita niya ang ilang mga taong hindi niya kilala. "Sino kayo?" tanong niya sa mga ito.

Iginalaw-galaw ng isang babae ang kamay nito sa babasaging naka-display sa sala hanggang sa ito'y mahulog at mabasag. Doon pa lang napagtanto ni Yolo kung sino ang mga ito.

"Kayo ba ang mga kaluluwang nagpaparamdam sa akin?"

Tumango ang babae. "Oo, kami nga. Pero hindi kami kaluluwa. Mga tao rin kami tulad mo, buhay pa kami pero wala nang nakakakita at nakakaalala sa amin."

Naguluhan si Yolo. "Ano? B-bakit nangyayari ito sa akin? Pati sa inyo? Sino ba kasi kayo? At paano kayo nakapasok dito sa amin?"

Sumagot muli ang babae. "Alam ko ang nangyari sa `yo. Tulad mo, isa rin kami sa mga bumisita sa website ng mga taong hindi nag-e-exist. Tulad mo ay pinakialaman din namin ang website na iyon. Iyon ang dahilan kaya kami naging ganito!"

Namilog ang mga mata ni Yolo sa narinig. "Ano kamo? Pero bakit?"

"Haunted ang website na 'yon! Sinumang bumisita roon ay paglalaruan ng sumpa. Kapag nagbabad ka ng matagal na oras o panahon sa kakatingin sa website na 'yon, bigla nitong ilalabas ang larawan mo. At kapag nakita mo 'yon, mawawala ka na rin sa alaala ng mga mahal mo sa buhay! Hindi ka na nila makikita o maririnig. Hindi mo na rin sila mahahawakan! Sa madaling salita, mawawala ka na sa existence nila. Ikaw na lang ang makakakita sa sarili mo. Tayong mga nabiktima ng website na iyon ay burado na sa existence ng mundo ngayon. Hindi na rin kami nakikita ng pamilya namin."

Biglang tumulo ang mga luha ni Yolo. Sinubukan niyang umupo sa sofa ngunit nadulas lang siya patungo sa sahig. Naalala niyang hindi na nga pala niya nahahawakan ang mga bagay. "Bakit nangyari sa akin 'to? Bakit ngayon ko lang nalaman itooooo!"

"Noong una pa lang ay sinubukan ka na naming balaan. Ginawa namin ang aming makakaya para galawin ang mga gamit n'yo rito sa bahay. Nagbabakasakali kaming maaagaw namin ang atensiyon mo. Pero dahil nga sa hindi mo kami nakikita, wala kaming ibang paraan para makausap ka. Kaya nga nalulungkot kami dahil nakikita mo na rin kami ngayon. Ibig sabihin ay wala ka na rin sa existence ng mundo pati sa alaala ng mga minamahal mo."

Napahagulgol muli ng iyak si Yolo. Nais niyang suntukin ang pader pero wala siyang magawa. Tumatagos lang ang kamay niya sa lahat ng gamit na hawakan niya.

Sinubukan niyang itagos nang paulit-ulit ang kanyang kamay sa isang flower base sa sala. Ilang sandali pa ay bigla itong gumalaw at bumagsak. Iyon na lamang ang kaya niyang gawin.

"May paraan ba para mawala ang sumpa?" mangiyak-ngiyak na sabi niya sa babae.

"Kung mayroon man, disinsana'y matagal na rin kaming nakawala sa sumpang ito. Pero wala. At kung maniwala ka man o sa hindi, lahat kami rito ay ilang taon na ring ganito. Pagala-gala na lang kami kung saan-saan. Tinitingnan namin ang bawat taong bumibisita sa website at sinusubukan silang balaan. Pero dahil nga wala na kaming existence sa mundo, hindi na namin sila kaya pang tulungan. Kaya habang tumatagal ay dumadami pa ang nabibiktima ng website na 'yon. Parami pa tayo nang parami," malungkot na paliwanag ng babae sa kanya.

Nahinto ang pag-uusap nila nang lumabas si Maila sa kuwarto. Nagtaka ito sa nabasag na flower base sala. Bakas sa mukha nito ang takot. "Bakit kaya nabasag 'to?"

Sinubukang sumagot ni Yolo. "Mahal ako ito! Nandito lang ako sa tabi mo! Kung nararamdaman mo 'ko please lang sumagot ka!"

"Hindi ka na niya maririnig at maaalala. Burado ka na rin sa isip niya."

Biglang nagbukas ang pinto at iniluwa niyon si Jerick, ang ex-boyfriend ni Maila. Ito ang nobyo ng babae noong hindi pa sila magkakilala nito.

"Love, what happened?" tanong ni Jerick na tila kagagaling pa lang sa trabaho.

Tama ba ang narinig ni Yolo? Tinawag nitong love si Maila?

"Ah, love! Ito kasing flower base bigla na lang nabasag, eh."

"Hayaan mo na 'yan. Lilinisin ko na lang mamaya. Samahan mo na lang ako sa kuwarto may ipapakita ako sa 'yo."

Nagtungo ang dalawa sa silid.

Nagimbal si Yolo sa mga nasaksihan niya. Hindi lang siya basta nabura sa alaala ni Maila. Nagbago rin ang realidad sa buhay ng babae mula nang mawala ang existence niya. Tila nagbago ang takbo ng oras at panahon.

Sa bagong realidad na kinalalagyan ngayon ni Maila ay si Jerick daw ang nakatuluyan nito at naging asawa. Hindi raw sila nagkakilala ni minsan ng babaeng ito.

Lalong nanlumo si Yolo. Tuluyan na siyang nawalan ng pag-asa. Habang buhay na siyang pagala-gala sa bawat sulok ng mundo pero walang nakakakita, nakakarinig at nakakaalala sa kanya, kasama ang ilang mga taong tulad niyang biktima rin ng isinumpang website na *This Person Does Not Exist.*

Nang mga sumunod na araw ay napapadalas ang mga gamit na biglang gumagalaw at nababasag sa paligid. Nagtaka tuloy ang mag-asawang sina Jerick at Maila. Inisip nilang baka may multo nang nagpaparamdam sa bahay nila.

Hindi nila alam ang totoong nagaganap. At hindi na nila malalaman pa iyon!

Wakas.

Ox Curse

Habang papalapit ang Chinese New Year, tumitindi ang kaba sa dibdib ni Damus. Nalalapit na ang itinakdang araw kung saan lalabas sa kanyang pagkatao ang sumpang ipinataw ng matandang mangkukulam sa kanya.

Ang mangkukulam ay may malaking galit sa mga magulang niya. Bata pa lang siya nang mangyari ang malagim na aksidente kung saan nabangga ng mga ito sa daan ang kaisa-isang anak ng mangkukulam.

Bilang ganti, nagpataw ito ng sumpa sa kanya na pagdating ng susunod na Year of the Ox ay lalabas sa kanyang pagkatao ang isang kasuklam-suklam na sumpa. Buhay ng anak nito ang nawala, kaya buhay rin daw niya ang magiging kapalit. Anak sa anak.

Ngunit sa galit ng kanyang ama, pati ang matanda ay sinagasaan na rin nito gamit ang kanilang sasakyan. Parehong namatay ang mag-ina nang gabing iyon.

Walang nakakaalam kung anong klaseng sumpa ang lalabas sa pagkatao niya. Marami na silang nilapitan na manghuhula at albularyo ngunit wala sa mga ito ang nakababatid kung anong klaseng sumpa iyon. Basta't ang alam lang nila, may kinalaman daw ito sa Year of the Ox, ang simbolo sa taon kung kailan siya pinanganak.

Siya lamang daw ang makakaalam at makakakita niyon sa itinakdang araw. Batid niyang may katotohanan ang sumpa ng mangkukulam dahil noong bata pa siya, may mga ibinigay itong palatandaan sa pagtubo ng sumpa sa kanyang katawan.

Tuwing sasapit ang Chinese New Year ay magsusuka raw siya ng dugo. Nangyari nga iyon sa kanya taun-taon. Sa lahat ng holiday ay ito ang ayaw niya, dahil tuwing susuka siya ng dugo ay may kasama itong sakit at sikip sa kanyang dibdib. Pakiramdam niya'y malalagutan siya ng hininga.

Kahit isang beses lang itong nangyayari taon-taon ay labis-labis pa rin ang kalbaryong idinudulot sa kanya. Nagagawa lang niyang magpakatatag noon dahil sa mga magulang niyang walang sawang umaagapay sa kanya. Pero ngayong nasa kabilang buhay na ang mga ito ay wala na siyang malalapitan pa.

Mag-isa na lang siyang naninirahan ngayon sa bahay na iniwan sa kanya ng mga magulang. Mabuti na lang at nakakuha siya ng magandang trabaho kaya kahit papaano'y naitatawid niya ang buhay nang mag-isa.

Ang tanging karamay niya ngayon sa buhay ay ang girlfriend na si Rina. Nasa probinsiya ito at nagbabakasyon kasama ang mga magulang kaya sa online lang sila nakakapag-usap.

Tinawagan ni Damus nang gabing iyon ang babae sa video call. "Kamusta kayo d'yan, babe?"

"Okay naman kami, babe. Baka next week na ang uwi namin d'yan. Ikaw ba?"

"Sayang hindi n'yo pala maaabutan ang Chinese New Year dito sa Binondo. Pero okay lang, basta't 'wag mo lang kalilimutan ang pasalubong ko."

"Aba oo naman! Nakabalot na nga, eh."

Ang masaya nilang kuwentuhan ay napatid nang makaramdam ng paninikip ng dibdib si Damus. Halos hindi siya makapagsalita. Pakiramdam niya'y umurong ang kanyang dila.

Saglit niyang nabitawan ang cellphone saka pinakiramdaman ang sarili. Nagbalik din naman agad sa normal ang pakiramdam niya.

Binalikan niya ang cellphone at nakitang nandoon pa si Rina. "Anong nangyari d'yan, okay ka lang ba, Damus?"

"Ah, oo. O-okay lang ako, babe. May tiningnan lang kasi ako sa labas. Sorry, babe!" dahilan na lamang niya. Walang alam ang babae tungkol sa sumpang ipinataw sa kanya noong kabataan niya. Ni minsan ay hindi niya ito nabanggit sa nobya.

Di nagtagal ay nagwakas na rin ang usapan nila dahil nais na raw magpahinga ng babae. Pagkababa sa cellphone ay napaisip si Damus kung bahagi rin ba ng sumpa ang biglang pagsikip ng dibdib niya kanina. Pakiramdam niya'y tinanggalan siya ng hininga sa loob ng ilang segundo. Para bang huminto ang lahat sa kanya.

Dahil doon ay hindi siya nakatulog sa buong magdamag. Naghari ang pangamba sa buong pagkatao niya. Bilang na lang ang mga sandali bago sumapit ang araw na kinatatakutan niya.

NAMUMUGTO ang mga mata ni Damus pagsapit ng umaga. Isang oras lang yata ang itinagal ng tulog niya. Naalala niyang mga bandang alas-sais na ng umaga nang siya'y dalawin ng antok. Ngayon ay lampas alas-syete pa lang sa relo niya. Isang oras nga lang talaga ang tulog niya.

Labis na pangamba ang idinulot ng papalapit na araw sa kanya. Dahil ang Chinese New Year ay bukas na magaganap. Ramdam na nga niya sa labas ang inihahandang pagdiriwang ng mga tao para bukas.

Sa buong maghapon ay nagkulong siya sa kuwarto habang nagdadasal sa harap ng altar. Wala na siyang maisip na ibang paraan para malabanan ang sumpa niya. Ito na lang ang tanging alas niya. Isang alas na wala ring kasiguraduhan.

Tumatakbo ang bawat oras. Napansin niya, parang ang bilis lumipas ng mga oras. Kanina ay papalubog pa lang ang araw. Ngayon ay latag na ang gabi sa buong paligid.

Ilang oras na lang ang natitira bago sumapit ang Chinese New Year. Nakaupo na lang siya sa isang tabi habang naghihintay ng oras. Nanginginig ang mga kamay habang nakapatong sa mga hita.

Dinig niya ang nagwawalang tibok ng puso, pati na ang pawis na kanina pa nagpapaligo sa kanya. Walang salitang makapagpapaliwanag kung gaano katindi ang takot at kabang nararamdaman ni Damus nang mga sandaling iyon.

Ilang beses niyang sinubukang dumungaw para manood sa mga taong nagkakasiyahan sa labas. Subalit agad din siyang nilukuban ng pangamba at hinihila ang mga paa niyang umupo muli sa puwesto.

Sinubukan niyang tawagan ang girlfriend sa video call ngunit sa kasamaang palad ay offline ito. Mukhang may pinagkakaabalahan ang babae kaya hindi ito nakapagbukas ng account ngayon. Madalas kasi ay sa ganoong oras din sila nagtatawagan ng nobya sa online chat. Pero ngayon ay wala ito.

Wala rin siyang ibang kaibigan na puwedeng matawagan at makausap. Sarili lang niya ang tanging kasama nang mga oras na iyon. Tila lumayo na ang buong mundo sa kanya.

Muli siyang sumilip sa bintana para libangin ang sarili. Binuksan pa niya ang TV para makarinig ng masasayang ingay. Lahat ginawa niya para malabanan ang takot at kabang namamayani sa kanyang pagkatao.

Hanggang sa bigla na lang siyang makaramdam ng kakaiba sa katawan. Tila may kumukulo sa loob ng kanyang ugat.

Agad siyang napasulyap sa suot na relo. Nanlaki ang mga mata niya sa gulat. Alas-dose na pala ng hatinggabi. Dumating na ang Chinese New Year.

Ilang sandali pa, hindi na makontrol ni Damus ang sariling katawan. Tila kusa na itong gumagalaw at hindi na niya mapigilan.

Bigla siyang napaluhod at napayuko habang nanginginig ang mga kamay. Sindak na sindak siya nang makita ang pagtubo ng makakapal na balahibo sa kanyang mga kamay. Ang balat niya ay bumubula-bula at nagkaroon ng malalaking itim na peklat.

Nasindak si Damus nang makita ang sarili sa nakatapat na salamin. Lumalawlaw ang kanyang balat sa tiyan. Tinutubuan siya ng malalaking peklat na itim sa iba't ibang bahagi ng katawan. Humahaba ang tainga niya, nangingitim ang mga labi, kumakapal ang balahibo at nag-iiba ang tunog ng boses.

Di nagtagal, ang kanyang katawan ay naging dambuhalang baka. Isang nilalang na hating tao at hating baka ang kaanyuan. Higit siyang lumaki at higit ding bumigat.

Hindi niya mapigilan ang sarili. Lahat ng mahawakan ay nababasag. Lahat ng madaganan ay nawawasak. Nagwala siya sa sariling bahay. Parang dinaanan ng matinding delubyo ang paligid sa tindi ng pagwawala niya.

Biglang nakaramdam ng gutom ang halimaw na taong baka. Winasak nito ang pinto para makalabas. Sa paglalakad nito sa pasilyo ay nakarinig ito ng taong gumagamit ng banyo sa CR ng mga babae.

Pumasok siya roon.

SAMANTALA, pakanta-kanta pa sa loob ng cubicle ang babae habang nagpapalit ng damit. Pagbukas nito sa pinto, bumungad sa kanya ang halimaw na pinaghalong tao at baka ang katawan.

Sindak siyang nagsisigaw at muling sinarado ang pinto. Subalit hinila ito ng halimaw at hinagis palayo. Ganoon lang nito kadaling nawasak ang buong pinto ng cubicle.

Bago pa makagawa ng aksyon ang babae, buong lakas na ibinaon ng halimaw ang kamay nito sa kanyang dibdib. Tumagos pa iyon sa kanyang likod habang mabilis na pumupulandit ang sariwang dugo.

Unti-unting bumagsak sa sahig ang kanyang katawan. Naiwan naman sa kamay ng halimaw ang sariwa niyang puso na medyo mainit-init at tumitibok-tibok pa.

Unang pinapak ng halimaw ang sariwang puso. Pagkatapos ay sunod naman nitong nilapa ang buong katawan ng babae. Nagawa nitong isubo sa bibig ang buong katawan. Dinig pa sa tiyan ng halimaw ang paglagutok ng mga buto ng babae.

Lumabas ng banyo ang halimaw at gumala naman sa mga katabing kuwarto para maghanap ng pagkain. Pinagwawasak nito ang pinto ng bawat kuwarto at walang awang inatake ang mga pamilyang nakatira doon.

Nagkagulo ang lahat ng mga tao sa buong apartment building. Wala ni isa ang nakatakas sa kanila. Pati ang dalawang guard at manager ng building ay napatay rin ng halimaw.

Itinambak nito sa gitna ng pasilyo ang mga bangkay na pawang butas ang dibdib, wakwak ang tiyan, may malaking hiwa sa leeg at bali-bali ang mga buto. Lumuhod ito sa sahig at sinimulang lapain ang mga sariwang bangkay.

Hindi na namalayan ng halimaw kung gaano karami ang nakain nito. May mga natira pang kaunting bangkay ngunit hindi na nito iyon naubos matapos makatulog sa labis na kabusugan.

Nang magising si Damus ay tirik na ang araw. Umaga na pala. Ngunit pagtingin niya sa sarili ay hindi pa rin nagbabago ang anyo niya. Nanatili pa ring halimaw ang buong katawan niya!

Nais man niyang magsalita at humingi ng tulong ay hindi niya magawa. Tila nawalan siya ng kakayahang makapagsalita sa loob ng anyong iyon.

Di nagtagal, biglang nagdilim ang kanyang utak hanggang sa makalimutan niyang muli ang sarili. Ang nasa isip niya nang mga oras na iyon ay maghanap muli ng pagkain.
Ang halimaw na si Damus ay nakalabas ng apartment building. Agad naputol ang masayang selebrasyon ng Chinese New Year sa labas.

Napahinto ang mga performers ng dragon at lion dance. Nagsitakbuhan din ang mga manonood nang biglang bumulaga sa daan ang malaking bulas na taong baka.

Lahat ng makita nito sa daan ay binubuhat nito at binabalian ng buto. Pagkuwa'y isusubo nito iyon nang buo.

Ang kaninang masayang selebrasyon ay napalitan ng matinding kaguluhan. Daig pa nila ang sumabak sa giyera. Kanya-kanyang takbuhan ang mga inosente, at kanya-kanya ring kuha ng armas ang mga naglakas-loob na labanan ang halimaw.

Nagpaulan ng bala ang mga rumispondeng pulis. Nangati lang ang halimaw roon. Sinubukan ng isa na maghagis ng bomba. Hindi man lang natinag ang taong baka. Ang isa ay naghagis pa ng mga patalim at matutulis na kawayan. Tumusok nga iyon sa katawan ng halimaw ngunit agad ding bumagsak sa lupa.

Nanatili pa ring nakatayo ang taong baka at umatungal nang napakaagresibo. Hindi ito tinatablan ng kahit anong armas na gamitin nila. Muli itong gumala sa daan at winasak ang lahat ng bagay na mahawakan.

Bumaha ng iyakan at sigawan sa buong paligid. Mabilis na nagsidatingan ang mga reporter para kunan ang kaganapang iyon.

"Anong klaseng hayop 'yan? Parang tao? Pero parang baka?" wika ng ibang media habang kinukunan ng video ang nagwawalang nilalang.

Isang reporter pa nga ang nagsasalita nang live sa harap ng camera nang biglang maghagis ang halimaw ng gulong ng sasakyan sa ere.

Ang gulong ay tumama sa ulo ng reporter na mabilis humiwalay sa leeg nito. Napasigaw sa gulat ang mga kasama nitong staff at camera man. Nakuha pa sa camera kung paano bumagsak sa lupa ang katawan nito na wala nang ulo.

Napaatras ang ibang media nang makita ang pangyayaring iyon. Natakot na silang kuhanan ng footage ang nagwawalang halimaw. Pati sila ay nagsitakbuhan na rin gamit ang kanilang mga sasakyan.

Isang tumatakbong sasakyan ang biglang hinarang ng halimaw. Nagsisigaw ang mga nakasakay roon nang buhatin nito ang kanilang sasakyan at inihagis sa ere.

Ang layo ng narating nito. Pagbagsak nito sa lupa, parang laruan na nayupi ito. Ang mga tao naman sa loob ay parang laruan din na nagkabali-bali ang katawan at halos hindi na makilala sa pagkadurog ng mukha.

Lumapit doon ang halimaw at isa-isang hinila ang mga nadurog na bangkay. Isinubo nito nang buo ang mga bangkay na iyon.

Gumala muli ito sa ibang lugar para maghanap ng pagkain. Ngunit wala nang makikitang tao sa buong paligid nang mga sandaling iyon. Pati mga gusali at tindahan ay bakante na rin.

Mayamaya, isang rumaragasang truck ang bumulaga sa halimaw. Ang truck na ito ay higit na malaki at mas mabigat kaysa sa nilalang na ito.

Bago pa makagawa ng aksyon ang halimaw ay nabangga na ito ng truck na pinapatakbo ng mga awtoridad. Ilang beses pa nilang dinaanan ang katawan ng halimaw hanggang sa mabutas ang tiyan nito at bumulwak ang mga laman.

Iyon lang pala ang katapat ng halimaw. Maaari itong mapatay gamit ang bagay na mas mabigat at mas malaki rito, gaya ng truck na iyon.

Sa nagdidilim na diwa ng halimaw ay biglang nanumbalik ang dati nitong kaisipan. Biglang naalala ni Damus ang kanyang sarili, pati na ang lahat-lahat.

Naaninag pa niya ang isang matandang babaeng nakatitig sa kanya. Sa isip-isip niya ay nagulat siya. Ito ang matandang mangkukulam na nagsumpa sa kanya. Nakangisi ito habang nagbabaga ang mga mata.

"Buhay ng anak ko ang nawala, buhay mo rin ang magiging kapalit…" Pagkasabi niyon ay parang usok na naglaho sa paningin niya ang matanda.

Doon din tuluyang nagdilim ang kanyang diwa.

Wakas.

Laro Ng Demonyo

Pag-uwi sa bahay, binuksan agad ni Dexter ang computer para i-download ang bagong PC Game na nadiskubre niya sa isang gaming website na lumilitaw lamang tuwing gabi.

Ang website ay naglalaman ng iba't ibang online games na hindi naman niya gaanong natipuhan dahil karamihan dito ay puro pambata. May mga games din naman na puwedeng i-download at i-install sa PC gaya nitong laro na natagpuan niya.

Ang pangalan ng laro ay "Crime Fist", isa itong open world game na ang tanging objectives ay pumatay nang tao. May halo rin itong role playing game kung saan puwedeng mag-customize ng character ang mga player para maging bida ng kanilang laro.

Pagka-install nito sa PC, bumati sa screen ang logo ng kumpanyang gumawa nito at ang loading screen na nagtagal ng isang minuto.

Kakaiba raw ang larong ito, dahil para makagawa ng character, kailangang gumamit ng totoong litrato ng tao.

Sinubukan niyang ilagay ang litrato ng kaklase niyang si Axel, ang pinaka-nerd sa classroom nila. Palagi nila itong binubully kaya ito ang napagkatuwaan niyang gawing character.

Ngunit pagka-upload ng picture, lumitaw naman ang mga impormasyong kailangan niyang sagutan tungkol sa litrato ng taong iyon. Hinihingi nito ang buong pangalan, edad, kasarian, address at cellphone number ng taong gagamitin.

Dahil hindi niya alam ang buong impormasyon ni Axel, pinalitan na lang niya ito ng litrato ng kaibigan niyang si Jander.

Pagka-upload sa picture, mabilis niyang inilagay sa form ang mga impormasyong hinihingi nito. Pagkapindot sa enter ay nagulat siya nang kusa itong nag-customize ng character.

Namangha siya sa character na binuo sa kanya ng system. Kamukhang-kamukha ito ng litratong in-upload niya. Kuhang-kuha nito ang bawat detalye sa mukha ni Jander.

Tawang-tawa siya at in-screenshot pa ang character para maipakita ito mamaya sa kaibigan. Bago nag-start ang game, inutusan pa siya ng system na i-share ang larong iyon sa limang katao.

Pinindot niya ang share button at ini-connect dito ang Facebook account niya. Awtomatikong pinadala ng system sa inbox ng mga FB friends niya ang link ng laro na may kasama pang invitation letter.

Sa pagsisimula ng laro, makikitang nakahiga ang character sa kuwarto nito at himbing na natutulog. Ginising ito ng isang napakalakas na hanging pumasok sa bukas na bintana.

Ginising ng hangin ang natutulog na character. Pagdilat ng mata nito, bumungad sa harap ang isang nilalang na may kasuklam-suklam na mukha. May dalawang sungay ito sa magkabilang noo, mahaba ang buhok, bulok ang ngipin, pula ang mga mata at may ulo ng kabayo.

Ang nilalang ay naglabas ng itim na usok na pumasok sa bibig ng character. Nagwala ito sa kama hanggang sa unti-unting umangat ang katawan nito.

Biglang nagsara ang mga bintana kasabay ng pagbagsak nito sa kama. Sa pagkakataong iyon, itim na ang mga mata ng character.

Bumangon ito sa kinahihigaan at kumuha ng malalaking patalim sa kusina. Kasunod nito ang paglitaw ng objective sa baba kung saan kailangan daw nitong pumatay ng beinte katao sa loob ng isang minuto.

Nag-loading ang screen at pagbalik nito, nasa labas na ng bahay ang character kung saan may mga taong nagdadaan sa paligid.

Ginalaw ni Dexter ang controls ng laro sa keyboard hanggang sa maglakad ang character sa screen. Isang babaeng nagdadaan ang hinarang niya at sinaksak sa dibdib.

Nagsitakbuhan agad ang mga tao pagkatapos ng eksenang iyon. Nahirapan tuloy siyang makumpleto ang beinte kataong kailangan patayin sa loob ng isang minuto dahil sa bilis tumakbo ng mga ito.

Sa tuwing makakapatay siya, agad nagtatakbuhan ang mga tao sa paligid. Halos pagpawisan na ang mga kamay niya sa kakahabol sa mga ito.

Natapos ang isang minuto ay limang katao lang ang napatay niya. Lumitaw ang "Game Over" sa screen at muli siyang ibinalik sa simula.

Sa pagkakataong iyon ay nag-isip siya ng strategy para magawa ang objective. Naglakad-lakad muna siya sa paligid at naghanap ng mataong lugar.

Mag-uumpisa lang ang timer kapag nakapatay na siya ng isang tao.

Isang mall ang pinasok niya. Doon ay dagsa ang mga tao sa paligid. Dikit-dikit sila. Kahit saan siya lumingon ay punong-puno ng tao.

Doon niya inilabas ang weapon ng character at sunod-sunod na sinaksak ang mga taong nagkukumpulan sa paligid.

Nakumpleto niya ang 20 kills sa loob ng isang minuto. Dinala siya nito sa ikalawang lebel ng laro kung saan nakatanggap siya bagong weapon bilang reward.

Isang baril ang weapon na nakuha niya. Ang sumunod na objectives ay kailangan daw niyang makapatay ng 50 katao sa loob ng dalawang minuto.
Muli siyang naglakad-lakad at naghanap ng ibang lugar na maraming tao. Nakarating siya sa isang palengke kung saan kumpulan din ang mga taong namimili at nagtitinda sa paligid.

Sunod-sunod niyang pinaputukan ng baril ang mga ito. Medyo nahirapan pa siya dahil sa bilis tumakbo ng mga ito. Halos nalagas agad ang tao sa palengkeng iyon.

Binilisan din niya ang pagtakbo at lahat ng taong makita sa paligid ay pinagbabaril niya. Muntik na siyang mabigo sa level na iyon.

Buti na lang at nakumpleto pa niya ang 50 kills sa last three seconds ng timer sa kanang bahagi ng screen.

Ang reward na nakuha niya ay isa namang boxing gloves na kulay itim. Makapangyarihan daw ang weapon na iyon at kayang dumurog ng tao.

Pagka-equip sa gloves ay lumitaw sa ilalim ng screen ang panibagong objectives. Kailangan daw niyang maka-100 kills sa loob ng tatlong minuto.

Hindi niya alam kung magagawa pa niya iyon. Short range lang kasi ang weapon na nakuha niya at kailangan pa niyang lumapit talaga sa tao para lang mapatay ito.

Iyon pa naman ang mahirap sa larong iyon. Dahil sa bilis tumakbo ng mga tao ay sobrang hirap nilang lapitan. Parang mas komportable siya sa mga long range na weapon nito.

Ang problema, hindi puwedeng magpalit ng weapon sa larong iyon. Kung ano lang ang weapon na ibinigay ng system sa bawat level ay ito lang ang puwedeng gamitin.

Mabuti na lang, sa level three ay may mga buff equipment na ring makikita sa paligid gaya ng movement speed na pampabilis ng takbo at bomb weapon na puwedeng ihagis sa mga taong malalayo.

Gamit ang movement speed ay hinabol niya ang mga taong nagtatakbuhan sa isang park. Bawat biktimang matamaan ng kamao niya ay literal na nadudurog at sumasabog ang lamang-loob sa lupa.

Halos maglaway siya sa death scene ng mga taong pinapatay niya. Parang nabubuhayan siya ng dugo sa tuwing makikita ang mga taong nadudurog ang katawan at kumakalat sa lupa ang laman.

Muli niyang napagtagumpayan ang objective sa level three. Doon ay medyo nakaramdam na siya ng pangangawit sa mata kaya inihinto na muna niya ang laro at pinatay ang computer.

Pumuwesto na siya sa lamesang katabi ng kama at ginawa ang dalawang assignment niya. Kahit isa siyang hardcore gamer, nagagawa pa rin niyang balansehin ang kanyang oras para sa ibang bagay kabilang na ang pag-aaral at mga takdang aralin.

Pagpatak naman ng gabi ay tinulungan niya ang ina sa mga gawain sa kusina. Siya na ang naghugas ng pinagkainan at naglinis ng lababo. Siya na rin ang nagtapon ng basura sa labas.

Medyo masakit pa rin ang ulo at mata niya dahil sa nilaro kanina. Masyado yatang mataas ang graphics ng larong iyon kaya hindi kinaya ng mata niyang halos araw-araw nakababad sa gadget.

Itinulog na lang muna niya ang gabing iyon. Kultura na niya ang maglaro ng Mobile Legends, Call of Duty at Genshin Impact tuwing gabi pero hindi na talaga kaya ng mata niya.

Pagkagising kinabukasan, cellphone agad ang binuksan niya. Isang mensahe ang gumulat sa kanyang umaga.

Patay na raw ang kaibigan niyang si Jander.

Agad siyang nag-ayos at pinuntahan ang bahay ng kaibigan. Naabutan niya ang inang humahagulgol nang iyak habang inaayos sa loob ang kabaong ni Jander.

Ayon sa ina nito, nagpapahinga lang daw ang lalaki kahapon sa kuwarto nito nang bigla na lang nagbago ang kilos.

Humugot daw ito ng mga patalim sa kusina at bigla na lang nag-amok ng away sa labas. Lahat daw ng mga taong madaanan nito ay sinaksak at pinatay ng lalaki.

Ayon pa sa imbestigasyon, umabot daw sa 175 na katao ang napatay ni Jander. Kung saan-saang lugar daw ito nakarating. Kakaiba raw ang ikinikilos nito habang ginagawa ang krimen. Para bang sinasapian at hindi kontrolado ang sariling katawan.

Lahat ng taong mahuli ng mata ay sinaksak, binaril, sinuntok at pinatay.

Sa huli, kung kailan napalilibutan na ito ng mga pulis ay bigla na lang daw pinagsasaksak ni Jander ang sarili hanggang sa malagutan ito ng hininga.

Kinabahan si Dexter sa narinig na pahayag. Ang mga nabanggit na kaganapan kahapon ay ang mismong pangyayari sa video game na nilaro niya, ang "Crime Fist".

Nawalan ng lakas si Dexter para dumalaw sa lamay ng kaibigan. Inatake siya ng kunsensiya. Agad siyang umuwi sa bahay at nag-research sa internet tungkol sa larong "Crime Fist" na nagmula sa isang website na lumalabas lamang tuwing alas-dose ng hatinggabi.

Ayon sa mga artikulong nabasa niya, ang Crime Fist ay banned na raw sa ibang mga bansa kabilang na ang India, US, Indonesia at Saudi Arabia. Patuloy pa raw itong naba-ban sa iba pang mga bansa.

Ang dahilan, nasangkot daw sa mga kakaibang kaso ang nasabing laro. Isang gamer ang hinihinalang naglaro nito at ginawang character ang kapatid na nasa probinsiya.

Kinabukasan, nabalitaan na lang daw nitong nakapatay ng mahigit 200 na katao ang kapatid nito at sa huli ay nagpakamatay rin ito matapos barilin ang sariling ulo.

Ganito rin ang nangyari sa isang estudyante sa US na nakapatay naman ng 50 katao sa kanilang paaralan at sa huli ay nagpakamatay din sa pamamagitan ng pagtalon sa building.

Marami nang mga bata at estudyante ang naitalang namatay sa larong iyon. Karamihan ay mga taong ginawang character ng mga kaibigan nila sa mismong laro. Bukod pa rito ang mga inosenteng tao na pinatay rin ng mismong karakter sa totoong buhay.

Ang website ay www.nomedgames.org. Ang pangalan naman ng kumpanyang gumawa sa Crime Fist game ay Nomed Inc.

Agad binura ni Dexter sa computer ang naturang laro. Nagsagawa pa siya ng quick scan sa anti-virus program para makatiyak na wala itong iniwan na hidden files sa PC niya.

Nahirapan siyang makatulog nang gabing iyon dahil sa nangyari kay Jander. Walang tigil sa pagkabog ang dibdib niya pati ang panginginig ng mga kamay niya. Magkakasakit pa yata siya sa labis na takot at kaba.

Kinabukasan, naalimpungatan si Dexter sa malamig na hanging bumabalot sa katawan niya. Pagdilat ng kanyang mata, isang nilalang na may ulo ng kabayo ang tumambad sa kanya.

Bago pa siya makagawa ng aksyon, naglabas ito ng itim na usok na pumasok sa bibig niya. Unti-unting nagbago ang pakiramdam ni Dexter.

Pati ang takbo ng utak niya ay tila nagbago. Tumayo siya sa kama at lumakad na parang wala sa sarili.

Dumiretso siya sa kusina at kinuha ang palakol sa likod ng pinto. Saka siya lumabas ng bahay at pinagmasdan ang mga taong nakatambay at naglalakad sa paligid.

Hindi nagtagal, ang payapang lugar nila ay bigla na lang nagkagulo matapos mag-amok ng patayan si Dexter.

Lahat ng taong madaanan ay hinatawan niya ng palakol sa leeg hanggang sa mapugutan ng ulo. Isang babaeng may maalindog ng katawan ang nahuli niya at pinagtatadtad ang dalawang malalaking dibdib.

Nakarating siya hanggang sa loob ng isang simbahan kung saan kasalukuyang tumatakbo ang misa. Agad nagkagulo sa loob at kanya-kanyang takbuhan ang mga tao.

Ang iba ay hindi nakaligtas sa palakol ni Dexter. Bumulagta sa sahig ang kanilang katawan na wala nang ulo.

Ang sumunod na nilapitan niya ay ang pari na nakatayo pa rin sa harap at sinasabuyan siya ng holy water. Malakas ang loob ng pari. Hawak pa nito ang suot na rosaryong kuwintas habang umuusal ng dasal.

"Sa ngalan ng ama, ng anak, at ng espirito—" hindi na naituloy ng pari ang sasabihin nang tumama sa kanyang dibdib ang palakol.

Pagbagsak nito sa sahig, hinati ni Dexter sa dalawa ang katawan ng pari hanggang sa bumulwak ang mga lamang-loob nito.

Umakyat siya sa altar at humarap sa malaking rebulto ng Panginoong Diyos. Itinaas niya ang palakol at tinadtad ang sariling leeg.

Bumagsak din siya sa sahig at dilat ang mga mata habang umaagos ang sariwang dugo sa nahiwang leeg.

Samantala, sa isang kuwarto ay tuwang-tuwa ang isang binatilyo habang nilalaro ang video game na ipinadala sa kanya kahapon ng kaibigang si Dexter.

Wakas.

Paraluman

Isang Linggo ang ginugol ni David Jonas para matapos ang painting ng napakagandang babaeng likha niya. Sa wakas, natapos na niya ito ngayon. Never pa siyang nakaramdam ng ganitong ligaya at satisfaction sa lahat ng mga nagawa niyang obra.

Painting iyon ng isang babaeng nakasuot ng old fashioned gown, kulot ang abot-baywang na buhok, mestiza ang kutis at nag-uumapaw ang pagkabirhen sa aura.

Pinangalanan niya itong Paraluman. Ito ang simbolo ng babaeng pinapangarap niya sa buhay. Lumaki siyang pihikan sa babae. Kaya nga hanggang ngayon wala pa siyang nakakarelasyon dahil umikot ang buhay niya sa pamimili ng napupusuan niyang babae.

Guwapo si David Jonas. Mestizo, maskulado ang katawan at mataas ang pinag-aralan. Nakapagtrabaho na rin siya sa iba't ibang bansa. Ngunit sino ang mag-aakala na single pa siya since birth?

Bukod kasi sa pagiging pihikan sa babae, inaakala rin ng iba na may girlfriend na siya dahil sa kaguwapuhan niyang iyon kaya wala na rin gaanong lumalapit sa kanya.

Mag-isa siyang naninirahan ngayon sa isang mansyon na pinatayo niya sa Maynila. Nililibang niya ang sarili sa pamamagitan ng pagpipinta. Ang mga magulang naman niya ay nasa America at parehong mataas ang posisyon sa isang kumpanya.

May isang buwan pa siya para magbakasyon sa Pilipinas kaya ginagamit niya ang natitirang oras upang makagawa ng maraming obra. Ang iba sa mga ito idadagdag niya sa kanyang gallery sa US, ang iba naman ay ibebenta niya sa mga collector.

Mabenta rin kasi sa mga painting and art collector ang mga obra maestro niya. Ngunit itong painting ni Paraluman ay hindi niya balak ibenta. Itatago niya ito sa kanyang silid hanggang sa makahanap siya ng perpektong babae na kahawig ng painting na iyon.

Sumumpa pa siya na kung wala rin siyang makikitang babae na kamukha ng painting ni Paraluman, hindi na siya mag-aasawa.

NAISIPAN ni David Jonas na magluto ng araw na iyon. Sawa na kasi siyang umo-order sa online. Parang mas feel niya ngayon na magluto ng sarili niyang pagkain.

Ngayon lang siya uli nakalabas ng bahay. Isang manipis na puting sando at boxer shorts lang ang suot niya. Nasa loob lang naman kasi siya ng sasakyan at malapit lang din ang pupuntahan kaya hindi na siya nagbihis nang panlabas.

Ipinarada niya sa gilid ng grocery store ang sasakyan niya. Saka siya bumaba roon dala ang pitaka niya.

Namili siya ng mga gulay, karne at iba pang sangkap na gagamitin niya sa ulam na lulutuin. Kumuha na rin siya ng matatamis na panghimagas gaya ng chocolates.

Bihira lang siya kumain nang ganito dahil inaalagaan niya sa gym ang katawan. Pero wala naman sigurong masama tumikim paminsan-minsan. Reward na rin niya sa sarili dahil nakatapos siya ng isang napakagandang obra.

Paglabas niya ng grocery store, isang babaeng pulubi ang lumapit sa kanya. Hinawakan pa nito ang maputi niyang sando. Medyo namantsahan tuloy.

"Kuya sana matulungan n'yo po ako… Parang awa n'yo na po, Kuya…" May kadungisan ang babae, at halata sa kilos nito na tila may deperensiya ito sa pag-iisip.

Sinundan siya nito hanggang sa makasakay siya sa loob ng sasakyan. Para matigil na ay napilitan siyang abutan ito ng singkuwenta pesos pero hindi nito iyon tinanggap.

"Hindi po pera kailangan ko, Kuya. Lalaki po. Kailangan ko po ng lalaki na magmamahal sa akin. Baka puwedeng kayo na lang po. Sige na po, parang awa n'yo na po…"

"Ayaw mo? Eh, di wag!" supladong sagot niya sa baliw na pulubi saka ibinato ang pera sa harapan ng sasakyan niya.

Wala siyang panahon na sakyan ang mga kabaliwan nito kaya hindi na niya iyon pinansin at sinarado agad ang pinto.

Kumalampag pa ito sa bintana niya at kahit hindi na niya ito naririnig, kitang-kita niyang bumubuka pa rin ang bibig nito na tila nagmamakaawa pa rin sa kanya.

Aalis na sana siya ngunit bigla naman nitong ihinarang ang sarili sa harap ng sasakyan. Doon siya nagbukas ng bintana at sinigawan ang babae.

"Miss, pakiusap lang baka naman puwede kang tumabi. Aalis na 'ko, eh."

Muli itong lumapit sa kanya at halos isiksik na ang sarili sa bintana. "Puwede ba akong sumama, Kuya? Sige na po. Isama n'yo na po ako. Kailangan ko lang po ng lalaking magmamahal sa akin. Gusto ko po ng makakasama habang buhay. Pakiusap po. Parang awa n'yo na po. Maawa na po kayo sa akin."

Puwersahan na niyang isinara ang bintana at wala na siyang pakialam kahit maipit pa ito. Buti na lang at mabilis na inilag ng babae ang kamay nito kaya hindi na siya nahirapang isara iyon. Muli itong kumalampag at nagpupumilit na sumama sa kanya.

Pinatakbo na niya ang sasakyan sa pinakamabilis na paraan upang makalayo sa babaeng iyon. Dahil sa nasanay siya sa malinis na environment, parang masusuka siya sa ginawang paghawak ng babae kanina sa kanyang damit.

Kaya naman pagkauwi sa bahay, agad siyang naghubad ng damit at naligo.

Sakto lang ang oras nang siya'y matapos sa pagluluto. Inimbita niyang kumain doon ang tatlong barkada niyang sina Jordan, Ariel at Bruce.

"Ano ba'ng gusto n'yong inumin? Alak o juice?"

"Juice na muna, pare. Mamaya na ang alak pagkatapos nating kumain," natatawang sagot sa kanya ni Ariel.

Humaba ang kanilang kuwentuhan habang kumakain. At nang mag-inuman sila, doon na nila ipinuwesto iyon sa garden para makasagap ng sariwang hangin.

Napakaganda ng garden sa mansyon ni David Jonas. Napupuno iyon ng iba't ibang uri ng mga bulaklak at halaman na nagmimistulang attraction sa paningin.

Naikuwento na rin niya rito ang tungkol sa babaeng pulubi kanina. "Alam n'yo mga p're, nakakagulat 'yung namamalimos na pulubi kanina, aba! Hindi pera ang gusto niya kundi ako!"

Isang malakas na tawanan ang itinugon ng lahat. Inilahad niya rito ang lahat ng mga sinabi sa kanya ng babaeng pulubi.

Nagulat naman si Bruce nang marinig iyon. "Seryoso, p're? Yung babae ba 'yon na namamalimos ng pag-ibig? Naku! Kilala na namin 'yan! Nagpupunta talaga 'yan sa iba't ibang lugar para maghanap ng lalaki na magmamahal daw sa kanya. Kahit nga 'yung kapatid ko nalapitan na rin n'yan, eh."

Napatango si David Jonas. "Ah, talaga ba? Akala ko kasi ako lang, eh. Ano ba kasi ang nangyari doon at bakit nagkaganoon siya?"

"Sa pagkakaalam ko kasi, ginayuma raw iyan ng isang lalaki noon para mapa-ibig. Kaso sa bandang huli iniwan din siya nang hindi tinatanggal 'yung gayuma. Kaya ayun nabaliw sa sobrang pagmamahal sa lalaking iyon. At nang hindi na niya ito makita, napilitan siyang maghanap na lang ng ibang lalaki na magmamahal sa kanya," mahabang salaysay ni Bruce.

"Ganoon ba? Kawawa naman pala. Ang kailangan niya siguro ay albularyo at hindi lalaki, since dahil lang naman sa gayuma kaya siya nagkakaganoon," sagot ni David Jonas kahit hindi naman talaga siya naniniwala sa gayuma at albularyo.

Mabilis din niyang tinapos ang usapan tungkol sa babaeng iyon saka nagpokus sa iba pang mga bagay.

MULA noon, lagi nang nakikita ni David Jonas ang babaeng iyon sa harap ng grocery store. Lagi rin niya itong naiingkuwentro. At tulad ng dati, wala itong ibang ginagawa kundi maghanap ng lalaki na magmamahal dito.

Ilang beses siya nitong pinilit na sumama sa kanya para magpakasal na silang dalawa. Nagtitimpi lang talaga siya dahil ayaw niyang gumawa ng eksena sa publiko. Pero sa totoo, inis na inis na siya sa pangungulit nito.

Hindi lang sa grocery store. Pati na rin sa iba pang mga lugar na nadadaanan niya tuwing lalabas, lalo na sa mga gym ay nakikita niya ang babaeng iyon. Halatang desperada na talaga itong makahanap ng lalaking mamahalin.

Sa kabilang banda, medyo nakaka-relate siya sa babaeng iyon. Maging siya ay naghahanap din ngayon ng babaeng mamahalin. Ang problema, masyadong mataas ang kanyang standards kaya hirap na hirap siyang makatagpo ng babae para sa kanya.

Muli niyang nilapitan ang painting ni Paraluman sa silid at matagal itong pinagmasdan. "Kailan kaya ako makakahanap ng babaeng kasing ganda mo?" aniya pa rito na parang tao kung kausapin.

"Sana, mabuhay ka na lang..." sa sinabi niyang iyon, bigla siyang nakaramdam ng hangin na dumampi sa kanyang balat kahit sarado naman ang mga bintana.

Isang araw nang muli siyang makalabas, nagulat siya sa nabalitaang patay na raw ang babaeng pulubi na namamalimos ng pag-ibig ng lalaki.

Nabaril daw ito noong nakaraang gabi sa isang eskinita. Nangungulit daw kasi ito sa mga bahay-bahay para maghanap ng lalaking nais pumatol dito.

At sa inis ng isang maybahay, napilitan itong barilin ang babaeng iyon. Nakulong naman di kalaunan ang lalaki, pero hindi pa rin niya maiwasang makaramdam ng awa sa sinapit ng babae.

Ikinamatay pa tuloy nito ang labis na paghahangad na magkaroon ng lalaking iibigin. Lalaki rin ang dahilan kung bakit ito namatay.

At magmula nga noon, madalas na siyang makasagap ng tsismis sa labas na nagmumulto raw ang babae sa eksaktong lugar kung saan ito pinatay.

Dahil hindi naman siya mapaniwalain sa kuwentong kababalaghan ay hindi na niya pinansin. Pero hindi natigil ang kuwento tungkol sa pagmumulto ng naturang babae.

Habang tumatagal ay natututo na raw itong gumala sa iba pang mga lugar. Nagpapakita na ito kahit kanino, lalong-lalo na sa mga lalaking single o wala pang katipan sa buhay.

Tinawanan na lang niya ang balitang iyon at ipinokus ang sarili sa paggawa ng marami pang obra.

Hanggang isang gabi, bigla na lang siyang naalimpungatan nang makarinig ng tila babaeng umiiyak sa loob ng kanyang silid.

At pagbangon niya, nakita niya ang painting ni Paraluman na lumuluha ng dugo. Napabalikwas siya ng bangon at pinagmasdan ito sa malapitan. Hindi siya maaaring magkamali. Dugo nga an lumalabas sa mga mata ng painting na ito!

Dali-dali niya iyong pinunasan at itinapon sa bodega. Hindi na niya pinanghinayangan ang napakagandang obra na nagawa niya. Sa labis na takot ay naitapon niya iyon nang ganoon. Kinandado pa niya ang bodega para makasiguradong hindi ito mawawala roon.

Nangilabot nang husto si David Jonas sa mga sandaling iyon. Parang gusto na tuloy niyang maniwala sa kababalaghan. Nguni tang tanong, paano lumuha ng dugo ang kanyang painting? Nagkatotoo ba ang hiling niya na mabuhay ito?

Sa pangalawang gabi ay muli siyang nagising mula sa mahimbing na pagkakatulog. Sa pagkakataong iyon, labis ang pagkagulat niya nang bumungad sa tabi ng higaan ang isang napakagandang babae.

Nakasuot ito ng old fashioned gown, mestiza at mala-mahal na birhen ang kagandahan. Bumati pa ito sa kanya.

"Magandang gabi, mahal ko. Naistorbo ko ba ang iyong pagtulog?"

Normal lang na matakot siya dahil may nakapasok sa kanyang mansyon. Ngunit nang pagmasdan niya ito nang mabuti, doon pa lang niya ito namukhaan.

"I-Ikaw ba 'yan?" tanong niya rito habang naglalaro sa kanyang isip ang painting ni Paraluman na siya mismo ang gumawa.

"Oo, ako nga ito. Tinupad ko ang pangako mo para magkaroon ka na ng babaeng mamahalin. Nandito na ako, David. Hindi ka ba masaya?"

Ewan ba niya ngunit tila bigla na lang nawala ang lahat ng takot niya sa katawan. Napalitan iyon ng kakaibang init, nagbabaga, nagliliyab sa labis na pagnanasa.

Wala na siyang ibang nararamdaman kundi ang labis na pagkasabik na makasama ang babaeng iyon habang buhay.

Pinahiga niya ito sa kanyang kama at niyakap nang mahigpit. Inamoy-amoy pa niya ang balat nito saka hinaplos-haplos ang kamay.

"Hindi ka ba naiinitan sa suot mo? Gusto mo bang hubarin itong damit mo?"

"Walang problema sa akin. Kung iyon ang gusto mo…"

Siya mismo ang naghubad sa kasuotan ng babae. Lalo siyang naglaway nang lumantad ang maalindog nitong katawan. Birhen na birhen pa.

Nagsimula sila sa maharot na halik, hanggang sa mauwi sa pag-angkin nila sa katawan ng isa't isa. Makailang ulit nilang pinagsaluhan ang mainit na gabing iyon.

Kinabukasan, ipinagluto niya ng masarap na pagkain si Paraluman. Pinanood pa siya nito habang gumuguhit siya ng panibagong painting sa malaking canvas.

Nang matapos magpinta, nagpatugtog siya ng isang kanta sa Vinyl player at isinayaw niya ang babae. Pinagsaluhan nila ang matamis na tugtuging iyon.

Magkahawak ang ating kamay
At walang kamalay-malay
Na tinuruan mo ang puso ko
Na umibig nang tunay

Namangha siya sa husay ng babae sa pagsayaw. Mapa-Boogie man o Cha-Cha. Halos umabot sa tainga ang pagkakangiti niya habang pinagmamasdan ang bawat galaw nito. Nakakaindak. Nakakaaliw. Nakakatindig-balahibo.

Ipinasyal na rin niya ang babae sa mga sumunod na araw. Isinama pa niya ito sa grocery store kung saan siya madalas bumili ng mga sangkap sa pagkain.

"Naalala ko tuloy ang lugar na ito. Dito ako dati madalas tumambay, eh!" sabi pa sa kanya ni Paraluman.

Nangunot naman ang noo niya. "Ano'ng ibig mong sabihin?"

"Ah, wala naman. Na-miss ko lang ang lugar na 'to. Dito rin kaya kita unang nakita. Naalala ko, nagmamakaawa pa nga ako sa 'yo no'n sa sasakyan mo pero iniiwasan mo ako," natatawang kuwento sa kanya ng babae.

Subalit masyado nang nabulag si David Jonas sa labis niyang pagmamahal at pagnanasa rito. Kaya pati ang bagay na iyon ay hindi na rin niya matandaan. Ang tanging nasa isip lang niya ngayon ay ang obra niya sa painting na nagkaroon ng buhay.

Para bang nasa ilalim siya ng isang gayuma o hipnotismo tuwing kasama niya ito. Nakakalimutan niya ang takbo ng realidad. Ang nais lang niya ay makasama ito, makasayaw, makasabay kumain at gawin ang lahat ng puwede nilang gawin na silang dalawa lang.

Hanggang isang gabi, bigla silang hinarangan ng apat na armadong mga lalaki. Nagpaputok ng baril ang mga ito at tumama iyon sa windshield ng sasakyan.

Sa takot ay parehong hindi nakagalaw sina David Jonas at Paraluman. Binuksan ng mga ito ang sasakyan at sapilitan silang pinababa.

Naabutan sila ng mga masasamang loob sa labas na nangunguha raw ng mga sasakyan. Ngunit nang makita ng mga ito ang babae, tila nag-iba ang nais nilang nakawin.

Sinubukang ipagtanggol ni David Jonas ang babae ngunit nabugbog lang siya ng apat na kalalakihan. Hindi siya tinuluyan pero nawalan naman siya ng malay sa tindi ng bugbog na tinamo.

Iniwan lang ang katawan niya sa harap ng abandonadong gusali. Doon nag-usap-usap ang apat na lalaki. Ang isa sa kanila ay itinakas ang sasakyan niya sa kabilang direksyon. Ang tatlo naman ay binuhat si Paraluman at dinala sa madilim na eskinita.

Nang magkamalay siya, agad na sumagi sa isip niya ang nangyari kanina. Mabilis siyang tumayo at naghanap sa paligid.

Hanggang sa makarinig siya ng sigaw ng isang babae. Sinundan niya iyon hanggang sa makarating siya sa eskinita. Doon niya nasaksihan ang malagim na pangyayari.

Kitang-kita niya kung paano hubaran at gahasain ng tatlong kalalakihan si Paraluman. Hinubaran pa nila ito at pagkatapos paglaruan ay binaril sa ulo.

Naging mabilis ang pangyayari sa kanyang mga mata. Wala siyang nagawa para iligtas ang babae. Nais sana niya itong lapitan ngunit nakita naman siya ng tatlong kalalakihan.

Napatakbo na lang tuloy siya at kung saan-saan nagpunta para mailigaw ang mga ito. Nang sa tantiya niya'y nasa ligtas na siyang kalagayan, doon pa lang niya binalikan ang eskinita at hinanap ang katawan ng babae.

Nakita niyang nakahandusay pa rin ito habang walang saplot sa katawan. May mga tao ring nakakikta kanina sa krimen pero wala sa kanila ang naglakas-loob na lumabas o tumulong dahil pawang takot din sa mga sindikatong iyon.

Mag-isa niyang nilapitan ang bangkay ng babae at niyakap. Parang gumuho ang mundo niya. Lahat ng pangarap niya'y biglang natunaw. Sa panaginip na lang niya ito maisasayaw.

Ngunit mas lalo siyang nagulat nang unti-unting malusaw ang katawan ng babae hanggang sa maging abo ito. Ang nabuhay niyang obra ay tuluyang natunaw, naglaho. Lalo siyang napaiyak. Nagmukha na siyang baliw sa labis na pag-iyak.

HINDI kinaya ni David Jonas ang pangyayari. Labis siyang naapektuhan sa pagkamatay ng babaeng minamahal. Kung gaano ito kabilis dumating sa buhay niya, ganoon din ito kabilis nawala.

Sinubukan niyang gumawa muli ng painting na kahawig ni Paraluman. Ilang beses niya itong dinasalan na sana'y magkabuhay ito. Subalit walang nangyari. Para lang siyang nagdasal sa hangin.

Hanggang sa makita na lang niya ang sarili na winawasak ang painting ng magandang babae na ginawa niya. Hindi na niya alam kung paano pa ito mabibigyan muli ng buhay kaya maghapon na lang siyang umiyak.

Umiyak nang umiyak na parang iyon na ang katapusan ng mundo sa kanya.

Unti-unting nasira ang buhay niya dahil sa pagkamatay ni Paraluman. Kahit wala na ito, para bang may kung anong bagay ang nakakapit pa rin sa kanyang utak para magluksa nang ganoon katindi.

Nagdulot ng malaking pagbabago sa kanyang buhay ang pagkawala ni Paraluman. Ang dating mayaman na si David Jonas, makikita na lang ngayon na gumagala sa labas.

Namamalimos ng pag-ibig. Naghahanap ng babaeng magmamahal sa kanya. At hindi siya titigil hangga't hindi nakakahanap ng babaeng kapalit ni Paraluman.

"Ate, sana matulungan n'yo po ako. Naghahanap ako ng babaeng magmamahal sa akin. Parang awa n'yo na po. Isama n'yo na po ako sa inyo. Nagmamakaawa po ako…"

Wakas.

Hukay Bitey

Sa isang nayon na malayo sa sibilisasyon, dinala ng sasakyan si Gardo kasama ang iba pang mga kapwa preso. Sila ang mga taong nakahilera sa death row at nakatakdang bitayin.

Ang paraan ng pagbitay sa kanila ay kakaiba. Dadalhin sila sa isang sementeryo kung saan isasagawa ang pagbitay. Sila mismo ang maghuhukay sa kanilang libingan bago sila ilibing nang buhay.

Mula nang ipatupad ang death penalty sa buong bansa, binigyan din ng karapatan ang bawat lalawigan na gumawa ng sarili nilang paraan sa pagbitay. At isa na nga rito ang lugar na iyon kung saan nililibing nang buhay ang mga kriminal.

Ang tawag sa parusang ito ay "Hukay-Bitay".

Katwiran ng nagpatupad sa batas na ito: "Kailangan unti-unti nilang maranasan ang pagkalagot ng hininga upang maramdaman din nila ang hirap ng mga taong pinatay nila nang walang kalaban-laban."

Pagkarating sa sementeryo, isa-isang pinalabas sa likod ng sasakyan ang apat na preso. Binigyan sila ng kanya-kanyang pala na gagamitin nila sa paghuhukay.

Kalat sa paligid ang mga sundalo habang nakatutok ang kanilang baril sa mga preso. Sa oras na may gawing hindi maganda ang isa, tiyak na mapapaaga ang kamatayan nito.

Tahimik lang ang mga preso habang sila'y nakapila. Blangko ang ekspresyon ng mga mukha nila. Para bang tanggap na ng kanilang kalooban na doon na talaga ang huling hantungan nila. Nakasuot pa sila ng dilaw na damit, palatandaan ng dugong kriminal na dumadaloy sa kanila.

Si Gardo, nakayuko na lamang sa lupa habang walang patid ang paglunok ng laway sa bawat salitang binibitawan ng commander. Habang ipinaliliwanag nito ang kanilang mga gagawin ay lalo siyang naaawa para sa sarili.

Sa bilyun-bilyong tao sa mundo, bakit isa pa siya sa napasama sa masaklap na parusang ito?

Kung sa bagay, siya rin naman ang dahilan kung bakit siya nandito. Mas pinili niya ang magulong buhay kaya sa nalalabing oras ay napabalik-tanaw siya sa lahat ng mga krimeng nagawa niya, sa mga batang napatay niya, at sa mga babaeng ginahasa niya.

Wala na silang magagawa kundi gawin ang dapat gawin: hukayin ang sarili nilang libingan.

Pagkasenyas ng commander, nagsimula na ang mga preso sa paghukay ng lupa. Nakatayo sila sa kani-kanilang puwesto habang naghuhukay ng kanilang paglilibingan.

Ang katabi nga niyang si Froilan, hindi marunong maghukay ng lupa kaya ilang beses nasigawan ng commander.

"Kasalanan mo kung bakit ka nandito! Kaya wala kang karapatan magreklamo! Maghukay ka na lang d'yan!"

Pati si Gardo ay apektado sa sinabi ng commander. Hindi rin siya marunong maghukay pero kailangan niyang gawin dahil iyon na ang nakasulat sa kanilang kapalaran.

Iyon na ang inilagay ng batas sa kanilang mga buhay.

Wala silang magagawa kundi ang sumunod.

Ang isa pa nilang kasama na si Alyas Bangis na isang lider ng pinakamalaking gang sa bansa ay parang bata na humagulgol habang nagmamakaawa sa commander.

"Patawarin n'yo na po ako… Alam ko po matinding kasalanan ang nagawa ko… Pero sana mabigyan n'yo po ako ng pangalawang pagkakataon para mabuhay… Nangangako po ako na babaguhin ko na ang buhay ko… Parang awa n'yo na po… Nagsisisi na po talaga ako… Kumakatok po ako sa inyong mga puso para humingi ng kapatawaran at pangalawang pagkakataon…"

Ang lalaking ito, biglang naging anghel ang dila sa tamis ng mga salita. Ganito ba ang nagagawa kapag kaharap na ang kamatayan? Biglang lalabas ang natitirang bait sa katawan.

Tinawanan lang siya ng commander. "Pangalawang pagkakataon? Naririnig mo ba ang sarili mo, Alyas Bangis? Ikaw ba, binigyan mo ba ng pangalawang pagkakataon 'yong mga taong pinatay mo noong nagmamakaawa sila sa 'yo? Pinakinggan mo ba sila noong nakiusap sila na huwag mong patayin? Hay nako! Maghukay ka na lang d'yan!"

Napahiya ang malaking bulas at lalong umiyak. Sa kabila ng matamis nitong pagmamakaawa ay ganoon lang ang salitang natanggap nito. Isang malaking kahihiyan ang tinamo nito.

Pati si Gardo ay maiiyak na rin yata. Kahit hindi siya ang kausap ng commander, damang-dama niya sa sarili ang mga salitang binitawan nito sa ibang preso.

Kahit magkakaiba sila ng mga kasalanan, pare-pareho na lang ang kanilang kahahantungan. Kaya ba pare-pareho na rin ang nararamdaman nila nang mga oras na iyon? Lahat sila ay nakakaramdam ng awa sa bawat isa.

May isang preso pa ang nagsalita. "Walang kuwenta ang batas na ito! Kung bibitayin n'yo lang din naman kami, ano pa ang pinagkaiba n'yo sa aming mga masasamang tao? Parang kriminal na rin kayo no'n! Labag din sa batas ng Diyos ang ginagawa n'yo dahil pumapatay rin kayo ng tao!" Ang drug lord na si Mario, hindi na nakapagpigil ng emosyon.

Sa kabila ng pagmamatapang nito, isang malutong na tawa lang din ang pinakawalan ng commander. Hindi na niya kailangang patulan pa ang isang ito. Hindi na rin naman kasi magtatagal ang buhay ng isang banal na aso.

"At kailan ka pa naging relihiyoso, Mario? Bagong batak ka na naman ba? Tanong ko lang sayo, inalala mo ba ang Diyos noong pinasok mo ang mundo ng droga? Hindi mo man lang ba naalala ang mga pangaral niya noong pinili mong ilagay sa gulo ang buhay mo? Pwes, shut up ka na lang d'yan at maghukay!"

Wala na sa kanila ang nagsalita matapos iyon. Lahat ay natahimik habang naghuhukay ng kanilang libingan. Umurong ang kanilang mga dila sa takot at pagkapahiya. Isa lang ang kausap ng commander pero sa tuwing magbibitaw ito ng salita lahat sila natatamaan.

Lumubog na ang araw pero hindi pa rin tapos ang apat sa paghuhukay. Wala pa nga sa kalahati ang lalim ng nahuhukay ng mga ito.

Ang mga sundalo nangalay na ang kamay sa kakahawak ng kanilang mga baril.

Uminit muli ang ulo ng commander. "Ano ba naman 'yan! Inabot na tayo ng gabi rito hanggang ngayon wala pa rin kayong natatapos! Pakibilis-bilisan naman at marami pa kaming susunduin na preso para dalhin dito! Hindi lang po kayo ang kostumer!"

Nanginginig lang sa takot ang apat habang naghuhukay ng lupa. Nagmukhang paligsahan sa pabagalan ang kanilang ginagawa. Wala ni isa ang gustong matapos sa paghuhukay.

Si Gardo, lalo pang binagalan ang paghuhukay. Kunwari ay sumakit ang balakang. Nangati ang paa. Nangalay ang likod. Lahat ng makakapagpabagal sa kanyang gawain ay ginawa na niya. Hindi pa siya handang ilibing nang buhay ang sarili.

At hinding-hindi siya magiging handa kailanman.

Inabot pa ng ilang oras bago tuluyang natapos ang isa sa kanila. Ang drug lord na si Mario ang unang natapos.

Mangiyak-ngiyak ito habang ipinapasuot sa kanya ang barong na pangpatay. Nang mapalitan na ang kanyang damit ay isinilid na siya sa kabaong. Nilagyan pa ng kandado ang kabaong na iyon para makatiyak na hindi na siya makakalabas.

Dinig pa ang tumatangis niyang tinig kahit nakasara na ang kabaong. Di nagtagal, inilagay na rin ito sa hukay at sinimulang tabunan ng lupa.

Napaiyak na ang mga katabi ni Gardo. Habang si Gardo naman, nanatiling tahimik sa kinatatayuan at hindi gumagalaw. Nagmukha na nga siyang rebulto na walang ekspresyon ang buong anyo at katawan dahil sa pagpipigil ng takot at luha.

Sunod na inilagay sa kabaong si Alyas Bangis. Lahat na yata ng matatamis na salita ng kapatawaran ay sinabi nito pero malabong mapagbigyan pa siya ng batas.

Ang lalaking binansagang mabangis ay nawala ang bangis nang ipasok sa kabaong. Nahirapan pa nga ang mga sundalo dahil parang hayop ito na ayaw pumasok sa lungga.

Ayaw tingnan ni Gardo ang masakit na eksena pero napasulyap siya sa huling pagkakataon. Nakita niya kung paano umiyak si Alyas Bangis habang buong pusong nagmamakaawa at humihingi ng tawad sa commander.

"Huwag ka sa 'kin humingi ng tawad. Do'n dapat sa mga taong pinatay mo at ng grupo mo. Hanapin mo sila sa kabilang buhay at sa kanila ka humingi ng tawad. Baka sakaling maawa sila sa 'yo at isama ka sa langit." Sabay sarado ng commander sa kabaong at hindi na hinayaan pang makapagsalita muli ang lalaki.

Nanunuot pa sa kanilang pandinig ang mga palahaw nito habang ibinababa ang kabaong sa lupa.

Ngayong dalawa na lamang sila ni Froilan ang natitira, doon pa lang nanginig ang buong katawan ni Gardo.

Nagpakawala ng mapanuksong titig sa kanila ang commander. Tila namimili pa ito kung sino ang isusunod sa hukay.

Halos hindi makatitig si Gardo sa mga mata ng commander. Muli siyang na-istatwa sa kinatatayuan habang ipinagdadasal na huwag muna sanang tawagin ang kanyang pangalan.

Gayundin ang katabi niyang si Froilan na parang gusto nang lumipad ang katawan makatakas lamang.

"Froilan, ikaw na ang sunod."

Kahit hindi pangalan ni Gardo ang tinawag, nagulantang pa rin ang buo niyang pagkatao at halos sumabog ang puso niya sa gulat.

Bigla namang humagulgol si Froilan at nagbalak pang tumakbo. Kaya naman lalong humigpit ang pagkakahawak ng mga sundalo rito.

Sa lahat ng mga preso, itong si Froilan na yata ang may pinakamalakas na hagulgol. Siya ang nagpakawala ng pinakamatinding pag-iyak.

Para siyang bagong silang na sanggol na walang patid ang pag-iyak. Para nga siyang bumalik sa pagkabata kung umiyak. Hindi bagay sa malaking bulas na katawan niya pati sa kanyang mukha na barakong-barako.

Halos patiran ng hininga si Gardo habang naririnig ang mga hagulgol ni Froilan. Kahit nakapikit na siya, parang nakikita pa rin niya ang ginagawa sa lalaki.

Sa kanyang pagdilat, nakita niyang nakasuot na ng barong ang lalaki at nakasilid na rin sa kabaong. Hindi na niya hinintay na isara ang kabaong. Agad niyang ipinikit muli ang mga mata at napausal ng dasal sa isip.

Lahat na yata ng santo at mga anghel ay tinawag niya pero sa mga oras na iyon ay tila wala nang may gustong makinig sa kanya.

Nanatili siyang nakapikit at nanginginig habang ibinabaon sa lupa si Froilan.

Nang matapos itong ilibing ay saglit na kumalat ang katahimikan.

Nakapikit pa rin siya at nakikiramdam…

Dumagundong ang dibdib niya nang humawak sa kanyang balikat ang commander. Doon siya napadilat sa labis na gulat.

"Gardo, mamili ka. Hukay-Bitay o Baril sa Likod?"

Napalunok lang ng laway si Gardo. Walang salita ang nais lumabas sa bibig niya. Sinubukan niyang huminga nang malalim dahil parang naubusan na siya ng hangin sa dibdib.

"Kapag pinili mo ang hukay-bitay, alam mo na ang mangyayari. Pero kapag baril sa likod ang pinili mo, babarilin ka lang sa likod ng mga sundalo ko. Parang katulad ng kay Jose Rizal. Medyo madali iyon dahil diretso na agad ang kamatayan. Hindi ka na mahihirapan pa. Makakaramdam ka lang ng saglit na sakit pero ilang segundo lang 'yon pagkatapos wala na. Nasa tahimik na ang buhay mo."

Hindi naiwasan ni Gardo ang pangingilid ng mga luha. Iyon na yata ang pinakamabigat na desisyon sa buhay niya. May pagpipilian nga siya ngunit pareho naman ang kahahantungan. Kahit ano ang piliin niya, kamatayan pa rin ang patutunguhan.

"Bibigyan kita ng isang minuto para makapag-isip. Kung pipiliin mo na barilin ka na lang sa likod, sabihin mo lang na "baril". Pero kung hindi ka nagsalita sa loob ng isang minuto, alam mo na ang kahahantungan mo." Sabay lingon ng commander sa hukay.

Muling napapikit si Gardo. Tumatakbo ang oras pero wala pa ring salita ang lumalabas sa bibig niya.

May mga pagkakataong ibubuka na niya ang bibig para sabihin ang salitang "baril", pero bigla namang umuurong ang kanyang dila.

Urong-sulong ang dila niya nang mga oras na iyon. Kung kailan gustong lumabas ay saka biglang aatras.

Nagwala ang lahat ng kanyang laman sa katawan pagkarinig sa natitirang sampung segundo na bilang ng commander.

Ten...
Nine...
Eight...

Tikom pa rin ang bibig niya.

Seven...
Six...
Five...

Nagtatago pa rin ang dila niya.

Four...
Three...
Two...

Bumuka na ang bibig niya pero hindi na naman natuloy ang gustong sabihin.

One...

Halos mapalundag siya sa gulat nang tapik-tapikin ng commander ang balikat niya.

"Dahil hukay-bitay ang pinili mo, sige isuot mo na itong barong mo."

Iniabot ng isang sundalo ang kanyang barong.

Tapos na ang oras kaya wala na siyang magagawa kundi isuot ito.

Habang isinusuot ni Gardo ang barong ay parang manekin na walang ekspresyon ang kanyang mukha. Waring tanggap na ng pagkatao niya ang paparating na kamatayan.

Hindi na rin nahirapan sa kanya ang mga sundalo dahil pagkatapos isuot ang barong ay kusa na siyang humiga sa sariling kabaong.

Sa kanyang paghiga, bahagyang nanindig ang mga balahibo niya. Noon lang niya naramdaman ang pakiramdam nang nakahimlay sa kabaong. Medyo malamig na parang mainit na hindi niya maipaliwanag.

Sa huling pagkakataon ay tumingin siya sa commander. Doon niya ibinuhos ang mga luhang nagsusumigaw sa pagmamakaawa. Ang mga mata niya ay tila nangungusap. Kahit hindi siya nagsasalita, bakas na bakas sa kanyang anyo ang mga nais niyang sabihin.

Mukhang napansin din iyon ng commander kaya naawa sa kanya. Sa lahat ng mga inililibing nang buhay kanina, sa kanya lang ito nagsalita nang banayad at mahinahon.

"Pasensiya ka na, kaibigan, pero wala na tayong magagawa. Kailangan nating gawin ito para sa ikatatahimik ng mga taong napatay mo. Isipin mo na lang na pagkatapos ng seremonyang ito ay matatahimik na rin ang buhay mo. Wala ka nang mararamdaman kundi katahimikan, walang hanggang katahimikan. Hindi mo na maririnig ang hinaing ng pamilya ng mga taong pinatay mo. Hindi mo na mararamdaman ang kunsensiya na gumugulo sa isip mo. Hindi mo na rin makikita ang mundong ito na punong-puno ng kaguluhan at kasamaan. Wala ka nang makikita at mararamdaman kundi katahimikan. Kaya sana kaibigan, maintindihan mo. Pasensiya ka na, Gardo, at paalam…"

Lalong rumagasa ang luha ni Gardo nang unti-unti nang isara ng commander ang kabaong. Nang maramdaman na niya ang pagbuhat ng mga sundalo sa kanya ay doon pa lang lumabas ang humahagulgol niyang boses.

Sa nalalabing oras, inisip niya ang Diyos at umusal ng salita sa kanyang isip. "Alam kong wala akong karapatan na sabihin ito dahil matindi ang kasalanang nagawa ko, pero sana mapatawad n'yo ako. Kayo na lang ang makakausap ko ngayon habang may hininga pa ako. Kayo na po ang bahala sa akin. Isinusuko ko na ang buong buhay ko sa inyo. At kahit alam kong hindi na maibabalik sa dati ang lahat ng mga pagkakamali ko, humihingi po ako ng tawad sa inyo, pati na rin sa mga taong naabuso ko, lalong-lalo na sa mga taong napaslang ko…"

Patuloy sa paghagulgol si Gardo. Ngunit ang kanyang hagulgol ay unti-unting humina, hanggang sa mumunting bulong na lamang ang maririnig sa kanya. Ramdam na niya ang unti-unting pagkawala ng hangin sa kanyang katawan dahil sa kawalan ng oxygen sa ilalim ng lupa.

Pumikit na lamang siya at hinintay ang pagdating ng walang hanggang katahimikan…

Wakas.

Inosaint city

Wanted na si Evandro Martinez sa kanilang lugar matapos mapatay ang sariling asawa. Nagbanta kasi itong hihiwalayan siya kapag hindi niya tinigilan ang iligal na negosyo.

Naglakbay siya sa isang malayong probinsiya at doon nagtago. Ginamit niya ang natirang pera sa pagbebenta ng mga droga para makaupa ng mumurahing bahay. Sinanay na niya ang sarili na mamuhay mag-isa.

Isang araw ay napadaan siya sa tulay patungong palengke gamit ang bisikleta. Sa bilis ng pagpapatakbo niya sa bike ay nabangga niya ang isang batang naglalakad habang naglalaro sa video game nito. Pareho silang natumba at nahulog pa sa ilog ang cellphone niya na dumulas sa bulsa.

Kumulo ang dugo ni Evandro sa bata. "Putang ina ka! Tingnan mo ang ginawa mo! Nahulog pa 'yong cellphone ko! Hindi ka kasi marunong tumingin sa dinadaanan hayop ka!"

"Ay sorry naman po!" Agad tumayo ang bata at pinulot ang video game nito. "Hindi ko po sinasadya. Hindi rin naman kasi kayo nag-iingat, eh!"

"At sumasagot ka pa talaga? Hindi mo ba kilala kung sino ang nasa harap mo ngayon?" pagbabanta ni Evandro.

"Hindi po. Ngayon nga lang kita nakita, eh. Bakit sino ka ba?"

"Hindi mo ba alam na wanted ako sa lugar namin noon? Hindi ka ba marunong matakot sa akin?" tinaliman ni Evandro nang mata ang bata para matakot ito.

Napatingin na rin ang mga tao sa kanila dahil sa lakas ng boses niya.

"E, ano naman po ngayon kung wanted ka sa lugar n'yo? Dito sa amin bawal ang masasamang loob dahil hinuhuli sila ng mga pulis."

"Pilosopo ka talaga, ano? Gusto mo bang makatikim sa akin?"

"I don't care, eh, eh, eh, eh, eh!" pang-aasar sa kanya ng bata.

Hindi napigilan ni Evandro ang init ng ulo. Dinukot niya ang baril sa bulsa at pinaputukan sa ulo ang bata. Bagsak agad ang katawan nito at nabitiwan ang video game.

Nagsigawan ang mga taong nakakita sa pangyayari. Lahat ng kanilang mga mata ay nakatutok kay Evandro.

Kumabog nang malakas ang kanyang dibdib. Pasimple niyang ibinulsa ang baril at itinayo ang bisikleta. Bago pa siya mapag-initan doon ay kumaripas na siya ng pagpapatakbo sa bike pauwi sa kanila.

Pagkauwi ay napamura na lang siya sa sarili. Ano ba itong nagawa niya? Sariwa pa nga ang nagawa niyang krimen sa dating tirahan, ngayon ay nasundan na naman ng panibago.   .

Pahamak talaga itong init ng ulo niya. Dalawang tao na ang napatay niya dahil dito. Ewan ba niya kung bakit parang nadedemonyo siya tuwing sumusumpong ang init ng ulo.

Hindi na niya hinintay ang pagkuyog ng taumbayan sa kanya. Siguradong kasalukuyan na siyang pinaghahanap ngayon ng mga awtoridad. Inunahan na niya ang mga ito.

Nang mga sandaling iyon ay nilisan na agad niya ang bahay at kung saan-saang shortcut dumaan para lang makalayo sa taumbayan.

Sa kalagitnaan ng kanyang pagtakbo, bigla niyang narinig ang boses ng mga pulis na humahabol sa kanya.

Lintik na! Bakit ang bilis nila? Napilitang magpaputok ng baril ang isa para pigilan siya ngunit madali siyang nakaiwas dito. Habang tumatakbo ay siya naman ang nagpaputok sa mga ito.

Isang pulis ang natamaan niya sa bandang dibdib. Bagsak agad ito sa lupa. Lalong uminit ang hininga ng mga awtoridad sa kanya.

Nagtago siya sa iba't ibang bahagi ng gusali para iwasan ang bawat balang pinakawalan ng mga ito.

Nahirapan ang mga pulis sa paghabol sa kanya. Ngunit di nagtagal ay natamaan din siya ng isa sa likod.

Doon pa lang siya napahinto sa pagtakbo at mabilis na bumagsak sa lupa. Bago pa siya makatayo ay tatlong magkakasunod na bala pa ang tumama sa kanya.

Mabilis na nagdilim ang diwa niya. Hindi na niya namalayan ang sumunod na mga naganap.

Samantala, pinagkakaguluhan naman sa tulay ang bangkay ng batang binaril niya sa ulo. Agad itong binuhat ng awtoridad at inilayo sa tulay na iyon. Naiwan ang video game console nito na nakasindi pa. Isang bata naman ang nakapulot nito at inuwi sa bahay nila.

NAGISING na lang si Evandro Martinez sa isang silid na hindi pamilyar sa kanya. May alam clock pang nakapatong sa lamesang nasa tabi ng kama niya.

Bumangon siya at lumingon sa paligid. Lahat ng mga gamit doon ay nasa tamang puwesto. Maayos at malinis ang paligid. Parang walang bakas ng kasamaan.

Kinapa niya ang likod pero wala na ang mga tama ng baril niya roon. "Nasaan ako? Hindi ba dapat patay na ako?" tanong niya sa sarili habang nililibot nang tingin ang paligid.

"Oo, patay ka na."

Napalingon siya sa pinanggalingan ng boses. Isang lalaking nakaitim ang nakaupo pala sa likuran niya.

Nasindak si Evandro dahil wala itong mukha. Blangko ang mukha ng lalaki at nababalutan ito ng dilim na pumipigil sa kanya para masilayan ang tunay nitong anyo.

"Ang bangkay mo ngayon ay hawak na ng mga awtoridad na nakabaril sa `yo. Wala ka na sa mundo."

"Sino ka ba? A-anong ginagawa ko rito? Hindi ba dapat nasa impiyerno na ako?"

"Doon ka naman talaga dapat mapupunta. Subalit nakita ko ang mga kasalanang ginawa mo sa lupa. Kitang-kita ko kung paano ka pumatay nang hindi man lang nakukunsensiya. Alam na alam ko rin ang lahat ng mga iligal mong negosyo. Buong buhay mo ay wala kang ibang ginawa kundi kasamaan. Humahanga ako sa iyong labis na katapangan. Kaya bilang gantimpala, hindi kita agad dadalhin sa impiyerno. May mga ipapagawa akong misyon sa iyo na kapag napagtagumpayan mo ay maaari kang makabalik sa mundo at mabuhay muli."

"Seryoso ka ba d'yan? Pero teka lang, sino ka ba? At bakit ayaw mong ipakita ang mukha mo?"

"Hindi na mahalaga kung sino ako at kung ano ang mukha ko. Sabihin na nating isa ako sa mga may mataas na katungkulan sa impiyerno. Kaya ihanda mo ang sarili mo sa mga ipapagawa ko sa iyo."

"Teka, teka lang muna. Tama ba ang narinig ko? Maaari akong makabalik at mabuhay muli?"

"Tama ka sa narinig mo. At umaasa akong magiging madali lang sa iyo ang misyong ito dahil nagawa mo nang pumatay noong nabubuhay ka."

Hindi alam ni Evandro kung deserve pa ba niyang mabuhay muli, pero kaysa naman sa masunog sa impiyerno habang buhay, bakit pa niya palalampasin ang pagkakataong ito?

"Sige, tatanggapin ko ang misyong 'yan. Ano ba ang ipapagawa mo sa `kin?"

Sinamahan siya ng mahiwagang lalaki sa labas ng bahay. Nasilayan ni Evandro ang payapang lugar na katulad din ng sa mundo. Maraming mga bahay at gusali sa paligid. Hindi mabilang ang mga taong paparito at paparoon. May mga sasakyan ding kabilaan sa pagdaan.

Ngunit ang problema ay hindi siya pamilyar sa lugar na iyon. Bawat detalye sa paligid ay may pagkakatulad din sa mundo pero hindi pa niya iyon nakita noong nabubuhay pa siya.

"Nasaan ba ako? Anong panig ng mundo ito?"

"Wala ka na sa mundong pinagmulan mo. Iba na ang mundong ito. Kagaya lang ito ng sa inyo na may mga tao, gusali at sasakyan pero naiiba ang kabuuan nito sa mundo ng mga tao. Ito ang Inosaint City, ang lugar ng mga taong hindi nag-e-exist sa mundo."

Naguluhan si Evandro sa sinabi nito. "Ano kamo? Tao pero hindi nag-e-exist? Sigurado ka ba do'n?"

"Wala nang maraming tanong!" pagtataas ng boses sa kanya ng mahiwagang lalaki. "Ang kailangan mo lang gawin dito ay pumatay nang pumatay at gumawa ng iba't ibang kasalanan gaya ng pagnanakaw, pananakit sa kapwa, pakikipag-away, lahat ng masamang gawain na maiisip mo ay gawin mo rito. Walang babawal sa `yo. Walang aaresto at manghuhuli sa iyo. Malaya kang gawin lahat ng gusto mo."

Nangunot ang noo ni Evandro. "Iyon na ba 'yong misyong sinasabi mo?"

Lumingon sa kanya ang mahiwagang lalaki at humagikgik ng tawa. "Nababasa ko sa iyong kaanyuan na pinagtatawanan mo lang ang misyong ibinigay ko sa iyo. Para sa kaalaman mo, isang libo ang taong kailangan mong patayin. Dito masusubok kung gaano ka kasama, at kung karapat-dapat ka bang bigyan ng pagkakataong mabuhay muli.

Kaya iiwan na kita rito, at gawin mo na lang ang mga sinabi ko sa 'yo." Biglang naglaho ang mahiwagang lalaki sa harapan niya.

Naiwan na roon si Evandro, kasama ang mga taong hindi raw nag-e-exist sa mundo. Nasa gitna siya ng lugar na hindi rin niya alam kung saang lupalop ng dimensyon nagmula. Inosaint City. Wala namang ganoong lugar sa mundong pinagmulan niya noon.

Di bale na. Madali lang naman makumpleto ang isang libong tao na kailangan niyang patayin. Kung dati nga ay milyon-milyon ang kinikita niya sa sa pagbebenta ng droga, dito pa kaya na isang libo lang ang quota? Sisiw lang iyon sa kanya.

Isang matandang lalaking nakatungkod ang nakita niyang dumadaan. Hinarang niya ito at inagaw ang tungkod. Iyon ang ginamit niya para paluin at hampasin ang matanda hanggang sa bumagsak ito sa lupa.

Abot-langit ang pagmamakaawa sa kanya ng matanda pero hindi niya ito tinigilan hangga't may hininga pa. Pinagpupukpok niya ito sa ulo hanggang sa mabasag ang bungo at bawian ng buhay.

Sunod naman niyang hinarang ang matabang ale na may buhat-buhat na sanggol. Inagaw niya ang sanggol dito at inihagis sa ere. Pagbagsak ng sanggol ay bagok ang ulo nito, duguan, patay agad.

Humagulgol ang ale sa nangyari. "Bakit mo ginawa 'yon!"

Sinakal niya ito at hinila papasok sa isang building. Dinala niya ito sa tuktok at doon itinulak. Pagkabagsak ng ale sa lupa ay sapul ang ulo nito at nagkalat ang dugo sa paligid.

Nagtaka sa kanya ang mga tao sa building na kasalukuyang nagtatrabaho. Para silang nakakita ng artista kung makatitig sa kanya. Sinubukan niyang lumikha ng gulo sa loob ng building. Binulabog niya ang lahat ng mga tao. Binalibag niya ang mga gamit at pinagbubugbog ang bawat taong madaanan.

Tuwang-tuwa siya dahil hindi man lang pumapalag ang mga ito. Ni hindi marunong lumaban. Iyak lang sila nang iyak at ang iba ay nagmamakaawa pa. Para bang ipinanganak na maging tanga at lampa ang mga tao roon.

Naging madali lang tuloy sa kanya na patayin ang lahat ng tao sa building. Sinunog niya ito at hinintay na matupok ng apoy ang buong gusali.

Nang balikan niya ito ay pumasok siya sa loob at binilang ang bawat bangkay na nasunog. Medyo napagod lang siya sa kakabilang pero worth it naman dahil umabot agad sa 55 katao ang napatay niya. Kasama na roon ang matandang lalaki, ang ale at ang sanggol nito na pinatay rin niya sa labas.

Kung ganoon lang pala kadaling patayin ang mga tao roon ay magiging madali lang talaga sa kanya ang misyong ito. Naghari-harian siya sa buong Inosaint City nang mga sumunod na araw.

Lahat ng lugar na mapuntahan niya ay kanyang ginugulo, winawasak at pinapatay ang mga tao sa pinakamatinding paraan na magagawa niya.

Isang matandang babae ang binalian niya ng leeg. Dalawang bata ang binugbog niya at sinunog nang buhay. Isang buntis naman ang sinipa niya at nilagari ang tiyan saka dinukot ang sanggol sa sinapupunan.

Nakarating pa siya sa isang beach kung saan maraming mga babae ang naka-bikini. Hindi lang siya ginanahang pumatay, nalibugan din siya.

Isa sa mga ito ay ni-rape niya saka ibinaon sa buhangin ang katawan at litaw ang ulo. Nagmamakaawa pa ang babae habang humahagulgol nang iyak.
Kumuha siya ng palakol at tinabas ang nakalitaw na ulo ng babae sa buhangin. Nagbalik siyang muli sa beach kung saan dagsa ang mga taong nagsu-swimming.

Isa-isa niyang pinugutan ng ulo ang bawat taong madaanan doon. Ang iba naman ay nilunod niya sa bandang gitna ng dagat. Ang ilan naman sa mga babaeng magaganda ang katawan ay dinala niya sa cottage at isa-isang ginahasa bago sinunog ng buhay.

Naglulukso ang dugo niya sa tuwa habang pinagmamasdan ang iyakan at sigawan ng mga ito habang unti-unting inaabo ng apoy ang kanilang mga katawan. Sa araw na iyon ay umabot na sa 151 ang mga taong napatay niya.

Nagpunta naman siya sa isang ospital at doon ay nakita niya ang mga taong hirap na hirap sa kanilang kalagayan. Isa-isa niyang pinasok ang silid ng mga ito at pinagwawasak ang mga aparatong bumubuhay sa kanila.

Walang nagawa ang mga duktor para pigilan siya. Pati ang mga ito ay binutasan din niya ng dibdib gamit ang palakol. Bumaha ng pulang likido sa buong ospital.

Isang nurse ang lumapit sa kanya, maputi ito at maganda. Nagpakilala ito sa pangalang Anne. "Please lang. Itigil mo na 'tong ginagawa mo! Sino ka ba? At bakit nanggugulo ka sa lugar namin?"

"Pasensiya ka na. Kailangan ko lang kasing gawin ito, eh."

"Ako na ang nagmamakaawa sa 'yo. Please lang, stop this violence! Ano bang gusto mong gawin ko para magbago ka?"

"Gusto kitang maging asawa!"

Sa isang salita lang ni Evandro ay pumayag agad ang babae. Naging sila na agad. Akala nga niya noong una ay nagbibiro lang ito. Pero sa pagdaan ng ilang mga araw ay napansin niyang may katotohanan nga ang pagmamahal ng babae sa kanya. Itinurin siya nito na parang tunay na asawa.

Ganoon na ba kadaling pasunurin ang mga babae roon? Sinubukan pa niyang manligaw at makipagkilala sa ibang babae. Nagulat siya dahil pumayag din ang mga ito na maging asawa niya.

Umabot sa sampu ang naging asawa ni Evandro. Pinagsabay-sabay niya nang walang kahirap-hirap. Nagkakasundo rin naman ang mga ito kahit nasa iisang bubong lang sila.

Isang hapon ay may lumapit namang batang lalaki sa kanya.

"Alam mo ba, idol kita. Humahanga ako sa katapangan mo."

Natawa pa siya noong una. "Sigurado ka ba d'yan bata? Idol mo ako kahit pinapatay ko lahat ng tao rito?"

"Oo naman! Naaastigan lang kasi ako sa 'yo, eh. Tagasaan ka po ba? Sana maturuan mo rin ako minsan ng mga ginagawa mo."

Dahil sa malumanay na tinig ng bata ay madali ring gumaan ang loob niya rito. Naging kaibigan din niya ang batang iyon at minsan ay tinuturuan pa niyang manigarilyo at uminom ng alak. Basta lahat ng ituro niya ay ginagawa nito.

Dagdag pa roon ang mga babae niya na higit pa sa hari kung siya'y iturin. Hindi na tuloy niya magawang patayin ang mga ito dahil sa sobrang kabaitan na ipinapakita sa kanya. Ibang mga tao na lang ang pinatay niya nang araw na iyon.

Nang magtagal doon si Evandro ay pakonti nang pakonti ang mga taong napapatay niya. Hanggang sa dumating nga ang araw na wala siyang napatay dahil lahat ng mga taong nakasalamuha niya ay nagpakita ng kagandahang loob sa kanya.

Dumami na nga ang mga naging kaibigan niya roon. Bagama't may pagkatanga at lampa ang mga tao roon ay mababait naman pala kapag kinausap. Buti pa nga roon ay naranasan niyang may nagmamahal sa kanya, isang bagay na hindi niya naranasan noong nabubuhay pa siya.

Ni hindi siya nakatikim ng pagmamahal sa sariling mga magulang. Pinagtaksilan pa siya ng mga taong malalapit sa kanya. Lahat ng mapapait na nakaraan ang nagtulak sa kanya para maging adik at mamamatay-tao noong nabubuhay pa siya.

Dito ay tila naging baligtad ang mundo. Maraming nagmamahal sa kanya. Kayang sakyan ang lahat ng gimik at kalokohan niya. Tanggap siya ng lahat.

Akala niya noong una ay magiging madali lang sa kanya na makapatay ng isang libong katao. Ngayon ay parang mahihirapan pa yata siyang paabutin sa kalahati ang bilang ng mga napatay niya.

Kinabukasan nga ay sinubukan niyang maging mabait kahit isang araw lang. Tinulungan niya ang mga nangangailangan. Nagbigay siya ng pera at pagkain sa mga pulubi. Kung anu-ano pang kabutihan ang ginawa niya.

Noon lang niya napagtanto na ganoon pala kasarap sa pakiramdam kapag nakagawa ng mabuti. Lumalambot ang puso niya sa tuwing makikita ang ngiti ng mga taong natutulungan at napapasaya niya.

Napaiyak na lang siya sa isang tabi habang nagsisisi sa ginawang kasamaan doon. Sa kalagitnaan ng kanyang madamdaming sandali, biglang lumitaw ang mahiwagang lalaki sa kanyang harapan.

"Anong ginagawa mo? Bakit hindi mo na tinatrabaho ang binigay kong misyon sa iyo?"

"Pasensiya ka na, pero parang hindi ko na yata kayang gawin 'yon. Marami na 'kong naging mga kaibigan dito. Dito ko lang naramdamang may nagmamahal sa akin sa kabila ng mga ginawa ko sa lugar na 'to. Ayokong kamuhian ako ulit ng mga tao."

"Nasisiraan ka na ba, ungas? Huwag kang magpapatukso sa kanila! Bahagi 'yan ng misyon mo! Dito mo ibuhos ang lahat ng kasamaan mo! Gusto mo bang maging katulad nila na isang tanga, mahina at lampa?"

"Mas gugustuhin ko pang maging katulad nila. At least nagmamahalan kami at walang away. Hindi katulad noong masama pa ako, marami akong kaaway. Halos buong mundo kaaway ko."

"Ibig sabihin ba nito'y sumusuko ka na?"

"Gano'n na nga."

"Baka nakakalimutan mo kung saan ka babagsak kapag nabigo ka sa misyon mo!"

Napatda si Evandro. Naalala niya ang sinabi nito na didiretso siya sa impiyerno kapag hindi niya nagawa ang misyong iyon.

"H-huwag! Parang awa mo na! Huwag mo akong ilayo rito! Ayokong malayo sa mga taong nagmamahal sa akin!"

Umatungal na parang hayop ang mahiwagang lalaki. Sa unang pagkakataon ay lumitaw ang mabalasik nitong anyo na nagdulot ng walang kapantay na kilabot kay Evandro.

"Matitikman mo ngayon ang init ng impiyerno!"

Isang malakas na sigaw ang pinakawalan ni Evandro. "Aaaaaaaaaaaahhh!!!"

GAME OVER. Bigla itong lumitaw sa screen matapos mahulog sa impiyerno ang character na nilalaro ng batang si Daryl. Siya ang nakapulot sa video game ng batang binaril sa kanilang lugar ng hindi kilalang lalaki.

Maghapon niyang nilalaro ang video game na iyon na ang pamagat ay "Inosaint City: Kill All You Can", isang laro kung saan gagawa siya ng character at mapupunta sa isang alternate world para pumatay ng isang libong katao.

Kapag hindi niya nakumpleto ang 1000 kills sa ibinigay na bilang ng panahon ay awtomatikong mamamatay ang character niya at mahuhulog sa isang lugar na nagliliyab at punong-puno ng pagdurusa.

Bumalik sa simula ng laro si Daryl. Muli niyang inulit ang video game dahil nakakaadik itong laruin.

Samantala, muli namang nagising si Evandro sa isang silid. Paglingon niya sa likuran ay nagpakita muli sa kanya ang lalaking nakaitim at ipinaliwanag ang magiging misyon niya sa lugar na iyon.

Nagtaka siya. Parang nangyari na ito noon. Hindi lang niya matandaan kung kailan.

Lingid sa kaalaman ni Evandro na magmula noong mapatay niya ang bata sa tulay, nabilanggo ang diwa at kaluluwa niya sa loob ng video game na nilalaro nito.

Paulit-ulit na mangyayari sa kanya ang gameplay at storyline ng naturang video game hangga't may taong nagbubukas at naglalaro nito. Hindi matatapos ang lagim. Hinding-hindi matatapos ang kanyang paghihirap at pagdurusa.

Wakas.

Dead Bite

Patuloy na pinahihirapan ng sakit na cancer ang asawa ni Melvin na si Lucy. Katunayan, ilang taon din itong nakaratay sa ospital pero sa huli, sinabi ng duktor na wala na raw silang magagawa rito. May taning na raw ang buhay ng asawa niya.

Naisipan ni Melvin na iuwi na lang ang babae at sa bahay na alagaan. Nakakapagsalita pa naman ito pero hindi na nakakatayo at nakakalakad. Tanggap na rin ni Lucy na hindi na siya magtatagal sa mundo.

Kaya naman binuhos ni Melvin ang buong panahon sa pag-aalaga sa asawa habang may hininga pa ito. Isang gabi nga, pinangiti niya ang babae sa pamamagitan ng simpleng magic tricks niya.

Umaga. Inutusan ni Melvin ang dalawang anak na bantayan sa kuwarto ang kanilang ina. Nagpunta siya sa bahay ng kaibigang si Nestor dahil inimbita siya nitong dumalaw roon.

"Ano ba kasi ang ipapakita mo sa `kin, pare?"

"May bagong huli kasi akong ahas! Kakaibang ahas 'to tiyak na magugulat ka!" may pagmamalaking tugon sa kanya ni Nestor.

"Ano bang ahas 'yan?"

Sabay silang nagtungo sa likod ng bahay kung saan nakalagay ang kulungan ng ahas. At sa loob niyon ay nasilayan ni Melvin ang ahas na kulay pula ang balat, dalawang dila ang inilalabas at may asul na mga mata.

"Ano namang meron dito?" Sabay lingon niya kay Nestor.

"Bungkar Snake ang tawag d'yan. Alam mo ba, iyan lang ang ahas na hindi nakakamatay ang kamandag, sa halip ay nakakabuhay ng patay!"

Natawa si Melvin sa narinig. "Ulol! Seryoso ka ba d'yan?"

"Oo pare maniwala ka! Galing pa ito sa India. Alam mo bang marami raw itong nakagat na patay na hayop doon? At nagulat na lang sila dahil ilang oras lang, bigla raw nagsibangon 'yong mga agnas na hayop at nabuhay muli!"

"O, talaga? Mga hayop lang ba 'yong kaya niyang buhayin? Hindi puwede sa tao?"

"Iyon lang ang hindi ko sigurado. Pero huwag kang mag-alala, itatanong ko 'yan doon sa buyer na napagbilhan ko."

Hindi rin nagtagal doon si Melvin at mabilis na umuwi pagkatapos ng maikling oras na pagkikita nila ng kaibigan. Mahilig kasi itong mag-alaga ng mga exotic animals na karamihan ay ino-order pa nito mula sa ibang bansa. At tuwing may bagong dating na hayop ay lagi siya nitong tinatawag para ipakita sa kanya.

Pagkauwi ni Melvin sa bahay, narinig agad niya ang dalawang bata na nag-iiyakan sa kuwarto. Biglang kumabog nang malakas ang dibdib niya.

Pagpasok niya roon, bumungad sa kanya ang dalawang batang nakayakap sa katawan ng kanilang ina na wala nang buhay.

Tila huminto ang mundo nang mga sandaling iyon kay Melvin. Hindi siya nakagalaw ng ilang segundo. Diretsong nakatitig ang mga mata niya sa asawa habang nanginginig ang mga kamay. Hindi siya makapaniwalang wala na ang babae.

Dahan-dahan siyang lumapit sa katawan ni Lucy at sa pagkakataong iyon ay bumigay sa sahig ang kanyang mga tuhod. Doon pa lang siya napahagulgol ng iyak at niyakap nang mahigpit ang asawa.

Naging madamdamin ang mga sandaling iyon kay Melvin. Pahigpit nang pahigpit ang yakap niya sa babae habang naglalakbay ang kanyang isip sa nakaraan noong masaya pa sila at wala pa itong sakit.

Ngayon ay wala na ang lahat. Tapos na ang pagsasama nila. Tuluyan na siyang iniwan ng asawa sa mundong ito.

Lumatag na lang ang gabi ay nanatili pa ring nakayakap si Melvin sa bangkay ng asawa. Pati mga anak niya ay napatanong na rin kung ano ang plano niya.

"Itay, kailan po natin ipapalagay si nanay sa kabaong?" inosenteng tanong ng bunso niyang anak na medyo maluha-luha pa rin.

"Wala! Walang kabaong! Hindi natin siya ipalilibing! Hindi tayo puwedeng iwanan ng mama n'yo!" pasigaw na sagot ni Melvin. Parang nawala ito sa katinuan dulot ng labis na pagluluksa sa pagkamatay ng asawa.

Saglit niyang pinalabas ang dalawa upang masolo niya ang madilim na sandali. Patuloy siya sa pag-iyak habang nakayakap sa nanlalamig na katawan ng babae.

Hanggang sa bigla niyang maalala ang isang bagay. Doon lang siya huminto sa pagtangis at kinuha ang cellphone.

Tinawagan niya ang kaibigang si Nestor. "Hello, pare? Anong ginagawa mo ngayon d'yan?"

"Ah heto nanonood na lang ng TV habang nagpapaanok. Ikaw ba?"

"P-pare, sana mapagbigyan mo 'ko sa hihilingin ko."

"Ano ba 'yon, tol? Basta huwag lang pera dahil pareho tayong wala n'yan."

"Puwede ko bang mahiram ang ahas mo? 'Yong ahas na nakakapagpabuhay ng patay?"

"Ah, bakit saan mo gagamitin, p're? May namatay ka bang alaga?"

"Basta hihiramin ko lang sana ngayong araw. Isosoli ko rin bukas pangako 'yan. Okay lang ba?"

"O sige. Pero mag-ingat ka sa paghawak, ah, dahil medyo agresibo rin kasi ito at ayaw magpahawak sa tao."

Nagtungo muli siya sa bahay ni Nestor para hiramin ang alaga nitong Bungkar Snake. Nagpaturo na rin siya kung paano ito hahawakan dahil medyo ilap ito sa tao.

Nang matutunan na ang dapat gawin ay isinalin na nila sa kahon ang ahas at binalot nang mabuti saka binitbit palabas ni Melvin.

Pagkabalik sa bahay, sinunod lang niya ang tamang proseso sa paghawak sa ulo ng ahas upang hindi ito magwala. Kinakailangan pa niyang gumamit ng kahoy para ipitin ang leeg nito saka niya dinampot ang ulo. Nagwawala pa sa kamay niya ang katawan nito pero hawak na niya ang ulo ng pulang ahas.

Ito na lang ang naiisip na paraan ni Melvin para maibalik ang buhay ng asawa. Susubukan niya kung gagana rin ba sa tao ang kamandag ng ahas na ito.

Inilapit niya ang ulo nito sa bandang braso ng babae hanggang sa tuklawin ito ng ahas. Pagkabitaw ng ahas sa braso ng asawa ay doon pa lang niya ito ibinalik sa kahon.

Nakalimutan na niyang itali at ibalot ang kahon sa labis na pagkasabik. Matagal niyang pinagmasdan ang asawa kung may pagbabago ba rito.

Ilang oras ang hinintay ni Melvin bago niya nakitang gumalaw ang mga daliri ng babae. Nagulat siya at napatayo sa kinasasandalan. Lumapit siyang muli sa bangkay ng asawa at pinagmasdan ito mula ulo hanggang paa.

Ganoon na lamang ang pagkamangha niya nang makitang unti-unti na itong nagigising. Ilang sandali pa, ibinuka na nito ang mga mata. Labis ang tuwa ni Melvin.

"Salamat, mahal! Nagbalik ka na!"

Ngunit sa pagbangon ng babae ay biglang bumalasik ang mukha nito. Parang hindi ito masaya sa muling pagkabuhay. Bagkus ay nagwala pa ito na parang wala sa sarili.

Napaatras si Melvin habang larawan ng pagtataka. Ilang beses pa siyang nagtangkang lumapit sa babae ngunit para itong hayop na nakawala sa kulungan. Sobrang agresibo.

Nanlaki ang mga mata ni Melvin nang makita kung paano binuhat ng babae ang aparador at inihagis sa kinaroroonan niya. Mabuti na lang at mabilis siyang nakaiwas. Sa pagkakataong iyon ay lumabas na siya ng kuwarto at isinama ang dalawang bata sa paglabas.

Pansamantala silang nagtago sa di kalayuan habang pinagmamasdan ang kanilang bahay. Dinig pa rin niya ang nagwawalang babae sa loob ng kuwarto kahit malayo na sila rito.

Kung alam lang niyang ganoon ang epekto ng kagat ng ahas ay hindi na sana niya hiniling na mabuhay pa si Lucy. Hinayaan na lang sana niyang mamayapa ito sa kabilang buhay.

"Ano po ang nangyayari, itay?" paulit-ulit na tanong sa kanya ng mga anak.

"Mamaya na kayo magsalita! Huwag muna kayong maingay pakiusap lang! May hindi magandang nangyayari!"

Muling kumabog ang dibdib ni Melvin nang makitang nakalabas na ng bahay ang nagwawalang asawa. Sa pagkakataong iyon ay tila may nagbago sa pisikal nitong anyo. Para bang mas lumaki ang katawan nito at mas lumakas.

Nagagawa na nitong baliin pati mga bakal. Isang magbabalot ang nakasalubong nito sa daan. Gulat na gulat silang tatlo nang makita kung paano balian ng leeg ni Lucy na parang manika ang kawawang lalaki.

Hindi na nila alam kung saan nagpunta ang babae mula noon. Nais man niyang sundan ang asawa ay ayaw namang kumilos ng mga paa niya. Pinipigilan siya ng takot lalo na't kitang-kita niya ang pambihirang lakas ng babae. Kaya na nitong dumurog ng tao kung tutuusin.

Nanlumo si Melvin. Ano na lang kaya ang magiging kapalaran ng mga taong makakasalubong ng babae sa daan? Siguradong kinabukasan ay kakalat agad ito sa mga balita at diyaryo.

Doon pa lang nila naisipang bumalik sa loob ng bahay. Hindi makapaniwala si Melvin sa mga gamit na nawasak sa loob. Parang dinaanan ng matinding bagyo ang bahay nila.

"Ano pong nangyari kay nanay? Bakit po siya nagkaganoon?" tanong muli sa kanya ng mga bata.

Wala na siyang maisagot dito dahil maging siya ay hindi alam kung ano ang nangyayari.

Agad niyang binalikan ang kahon kung saan nakakulong ang ahas. Laking gulat niya nang makitang wala na ito roon. Bahagyang nanginig ang mga binti niya.

Hindi niya maiwasang kabahan dahil bukod sa bago pa lang ang lahi ng ahas na iyon ay hindi rin niya alam kung ano ang kaya nitong gawin sa buhay.

Sinubukan niyang hanapin ang ahas sa paligid, hanggang sa bigla itong bumulaga sa kanya sa ilalim ng kama. Para bang naghihintay lang ito na sumilip siya roon.

Mabilis na umatake ang ahas at tinuklaw siya sa kaliwang binti. Nakailang tuklaw pa ito bago kumaripas ng gapang palabas ng kuwarto.

Kahit masakit ang paa, sinundan niya ang paglabas ng ahas. Pati ang dalawang bata ay nagulat at napasigaw nang masilayan ito. Ang pulang ahas ay tuluyang nakalabas ng bahay. Hindi na nila ito nasundan dahil napakabilis nitong gumapang. Sa isang iglap lang ay nawala na ito sa kanilang paningin. Hindi na alam kung saan lumusot o nagtungo.

Kinabahan si Melvin at muling napatingin sa kanyang binti kung saan siya tinuklaw ng ahas. Napaupo siya sa kama at tinawagan muli si Nestor.

"Pare, may itatanong lang sana ako tungkol doon sa Bungkar Snake mo."

"Bakit, pare, ano 'yon?"

"'Di ba sabi mo nakakapagpabuhay ng patay 'yong kamandag niya?"

"Oo, bakit?"

"So ibig sabihin, sa mga patay lang umeepekto 'yong kamandag niya?"

"Oo naman. Epektibo raw iyan sa mga patay, kahit agnas na kaya pa rin niyang buhayin."

"E, paano kapag buhay ang nakagat niya? May epekto rin ba?"

"Ang alam ko, magiging ahas din ang isang tao kapag natuklaw siya nito."

Lumundag ang puso ni Melvin pagkarinig doon. "A-ano'ng ibig mong sabihin, pare?"

"Sabi kasi ng napagbilhan ko, wala raw kasarian ang mga ahas na 'yon. Hindi sila nanganganak. Ipinapasa lang nila ang kanilang lahi sa pamamagitan ng pagtuklaw nila sa mga buhay na nilalang. Ibig sabihin, magiging Bungkar din ang natuklaw nila."

Hindi na nakasagot si Melvin sa pagkakataong iyon. Ganoon na lamang ang pagkagimbal niya nang lingunin ang mga binti, naging pula na ang kulay ng mga ito at nagkaroon ng kaliskis!

Nagtaka si Nestor kung bakit hindi na sumasagot ang lalaki sa kabilang linya. Hindi pa nito pinuputol ang tawag pero hindi na rin ito nagsasalita.

"Hoy, pare? Nariyan ka pa ba? Bakit hindi ka na sumasagot?"

Hindi na nga makakasagot si Melvin dahil walang kamalay-malay si Nestor na naging ahas na rin ang kanyang kausap!

Wakas.

Nightmare House

Isang matandang lalaki na naman ang napabalitang tumalon sa tulay. Natagpuang lumulutang sa ilog ang bangkay nito. Walang nakakakilala sa matanda. Ni hindi nila matukoy kung tagarito ba ito o dayo lang sa lugar.

Ayon sa mga nakakita, kusa raw tumalon mag-isa ang matanda sa tulay. Marahil ay ganoon na lang kabigat ang problema nito kaya nagawang tapusin ang buhay sa ganoong paraan.

"Kawawa naman 'yong matandang nagpakamatay sa tulay," ani Jayson sa asawang si Adelle.

"Anong kawawa? Hindi 'yon nagpakamatay! Pinatay 'yon!"

"Paanong pinatay? E may mga nakakita nga na tumalon siya sa tulay." "Palibhasa kasi bago ka pa lang dito sa probinsiya kaya hindi mo pa alam ang nangyayari dito."

"Bakit ano ba'ng nangyayari?" Napalingon si Jayson sa asawa. Mahigit isang taon na ang lumipas mula nang sila'y ikasal. Nagkakilala sila sa Maynila, pero ngayong mag-asawa na sila ay dito na naisipan ng babae na magpatayo ng sarili nilang bahay. Iyon ang unang pagkakataon ni Jayson na makapunta sa probinsiya, palibhasa laking Maynila ito.

"Alam mo ba na may sumpa ang ilog na 'yan? Marami talagang tumatalon at namamatay d'yan. At lahat sila puro matatandang lalaki rin!"

"Oh talaga? E, bakit daw gano'n?"

"Marami kasing nagsasabi na may pinatay at nilunod daw na mangkukulam d'yan noong unang panahon. At lahat daw ng suspect ay iyong mga kalalakihan noong kapanahunan niya. Kaya mula noon, lahat ng lalaking matatanda dito sa amin ay nahuhulog at namamatay talaga d'yan, dahil sa paniniwalang isa sila sa mga nakisali noon para puksain ang mangkukulam."

"Grabe naman 'yon! Paano siya nakakasiguradong lahat ng matatandang lalaki rito ay kasama sa mga nanlunod sa kanya? Sa dami ba naman nila kaya ba niyang hulaan lahat ng 'yon?"

"Iyon ay kuwento-kuwento lamang. Wala ring nakakasigurado kung gaano iyon katotoo. Basta ang alam lang naming totoo ay may sumpa talaga ang ilog na 'yan, at kada taon, umaabot ng mahigit sampu ang matatandang lalaki na nahuhulog d'yan!"

"Nako!" matipid na tugon ni Jayson. Ganoon ang tinig niya kapag duda siya sa isang bagay o ayaw niya itong paniwalaan nang buo.

Hapon. Inutusan siya ng asawa na bumili ng buko sa palengke. Bagamat malayo pa ang bayan ay nilakad na lang ni Jayson dahil palubog na rin naman ang araw at presko na sa paligid. Mas ramdam niya ang sariwang hangin.
Sa kanyang paglalakad, bumungad sa kanya ang isang napakalaking mansyon na noon lang niya nakita. Larawan siya ng pagtataka. Paano nagkaroon ng mansyon dito? Ang alam niyang nandoon ay isang malawak lang na damuhan.

Ilang beses pa siyang kumurap at kinusot ang mga mata para makasiguradong hindi siya namamalikmata. Pero totoo nga ang nakikita niya. Isang napakalaking mansyon ang nasa harap niya.

Matagal niyang pinagmasdan ang mansyon, hanggang sa mapagtanto niyang tila walang tao roon. Sinubukan niyang pasukin ang gate. At namangha pa siya dahil pati ang ginintuang pinto papasok sa loob ay nakabukas din.

Kataka-takang wala man lang katao-tao sa paligid, at wala man lang ding sumisita sa kanya. Abandonado na yata ang mansyon.

Pagpasok niya sa loob, isang normal na paligid lang ang bumungad sa kanya, gaya ng kung ano ang makikita sa isang tipikal na mansyon. Mamahaling mga gamit at babasaging mga display sa paligid.

Ngunit paglingon niya sa bandang kaliwa, nangunot ang noo niya nang makita ang isang kabaong. Nilapitan niya ito at pinagmasdan. Paano nagkaroon ng kabaong dito?

Sinubukan niya itong buksan. Laking gulat niya nang masilayan ang nakahimlay na katawan ng isang babae. Hindi lang ito basta babae, taglay nito ang kakaibang kagandahan na nagpalundag sa puso niya.

Walang salitang makakapagpaliwanag kung gaano ito kaganda. Kahit siya ay wala ring maibugang salita kung anong klaseng kagandahan ang mayroon ito. Basta't ang alam lang niya, Diyosa ito sa lahat ng mga Diyosa.

Sa pangalawang pinto ng kabaong ay nakapatong ang picture frame ng babae. Kinuha rin niya ito. Doon nakalagay ang litrato ng babae noong nabubuhay pa ito, at sa bandang ilalim ay nakaukit ang pangalan nito. "Queen Olivia of the North".

Ngayon lang narinig ni Jayson ang pangalang iyon. Hindi siya pamilyar sa babae, ngunit tama ba itong nararamdaman niya para dito? Hindi niya dapat nararamdaman ito dahil may asawa na siya.

Pinilit umiwas ni Jayson sa tukso. Patay na ang babae. Wala na siyang magagawa. Hanggang pantasya na lamang siya rito. Agad din niyang nilisan ang bahay.

Pagkauwi sa kanila ay napatanong si Jayson sa asawa kung sino si Queen Olivia of the North. Nangunot ang noo ng babae sa sinabi niya.

"Sino 'yon? Ngayon ko lang din narinig 'yon."

"Ah, may nakita kasi akong mansyon kanina malapit sa bayan. Tapos may nakita akong babaeng nakaburol sa loob. At ang pangalan daw niya ay Queen Olivia."

"Nasisiraan ka ba?" natawang sabi ni Adelle. "Wala namang mansyon dito! Mahihirap lang ang mga tao rito 'no! Saan mo banda nakita 'yon?"

"Doon malapit sa bayan, 'yong katabi ng abandonadong parking lot?"

"Ah doon? E, puro mga damo lang naman ang makikita mo roon! Matagal nang abandonado 'yong lupang 'yon pati 'yong parking lot. Anong mansyon ang sinasabi mo?"

"Ah, eh, 'di ba sabi mo maraming kuwentong kababalaghan dito sa inyo? Sigurado kang hindi mo alam 'yon?"

"Ngayon ko nga lang narinig 'yan, eh. Oo marami talagang mga kuwentong engkanto at aswang dito pero hindi ako pamilyar doon sa sinasabi mong mansyon."

Hindi na lang nagtanong ni Jayson. Lalo tuloy siyang nahiwagaan sa babaeng iyon. Hindi nga siya nakatulog sa buong magdamag. Laman pa rin ng isip niya ang mahiwagang babaeng nakita niya sa kabaong. Ewan ba niya pero habang tumatagal ay lalong tumitindi ang nararamdaman niya rito.

Kinabukasan nga, napilitan siyang puntahan muli ang mansyon. Nakita niya itong muli sa bahaging iyon ng lupa na katabi ng abandonadong parking lot. Pinasok niya itong muli at hinanap ang kabaong ng babae.

Dali-dali niya itong nilapitan at binuksan muli. Ngunit sa pagkakataong iyon, nagulat siya dahil wala na ang babae sa loob. Saan na napunta ang bangkay nito? Inilibing na ba?

"Magandang umaga!" Nagulat siya sa boses na bumati sa kanya.

Paglingon niya sa taas, bumungad sa kanya ang napakagandang babae na nakasuot ng gintong gown at may koronang puno ng makukulay na diyamante. Bumaba ito sa paikot na hagdan at lumapit sa kanya.

Hindi nakagalaw si Jayson sa labis na pagtataka. Totoo ba ang nakikita niya? Ang babaeng nasa harap niya ngayon ay ang babaeng nakahimlay sa kabaong kahapon. Ito si Queen Olivia of the North.

"B-buhay ka?" sambit niya habang balot na balot ng pagtataka ang anyo.

"Oo, nabuhay ako dahil pinasok mo ang bahay ko."

"A-ano?"

"Nabuhay ako para sa `yo. Halika! Ililibot kita sa buong mansyon!"

Walang kibo si Jayson habang kasama ang babae sa paglilibot sa bawat bahagi ng mansyon. Ramdam niya ang malakas na kabog ng kanyang dibdib. Pero hindi takot ang nararamdaman niya roon kundi kakaibang ligaya, isang ligaya na hindi niya naramdaman kapag kaharap ang asawa.

Hindi rin siya makapagsalita sa kakaibang himig ng boses ng babae. Umuurong ang dila niya tuwing maririnig itong nagsasalita. Ang sarap pakinggan ng boses. Para bang ayaw niyang magsabi ng kahit ano para lang hindi ito huminto sa pagsasalita.

Sinamahan pa siya ng babae sa dining room at doon ay magkasama silang kumain. Ang sarap din ng mga pagkaing natikman ni Jayson. Parang may taglay na gayuma ang lasa. Habang nginunguya lalong sumasarap.

"O-Olivia ang pangalan mo 'di ba?" sa wakas at nagawa rin niyang magtanong.

"Oo, ako nga si Olivia."

"Sino ka ba talaga? Bakit hindi ka kilala ng mga tao rito? At bakit hindi rin nila nakikita ang bahay mo?"

"Mapalad ka dahil ikaw ang nakakita sa bahay ko. Ang mga katulad mo lang ang puwedeng makakita at makapasok dito."

"K-katulad ko?"

"Oo, ang lalaking katulad mo lang. Oras na makita mo ang bahay ko, ibig sabihin ay tayo ang nakatadhana para sa isa't isa."

"A-ano ang ibig mong sabihin?"

"Hindi mo pa ba nakukuha ang punto ko? Ibig sabihin no'n ay mahal kita, at ikaw ang napili ko para maging kabiyak ng aking puso. Tinatanggap mo rin ba ako para maging kabiyak mo?"

Hindi agad nakasagot si Jayson. Saglit siyang napaisip. "A-alam mo, napakaganda mong babae. Sigurado akong walang lalaki ang hindi puwedeng tamaan sa 'yo. Pero ang problema kasi may asawa na ako. Hindi na ako puwedeng--"

Pinutol ng babae ang sasabihin niya. "Gaya ng sinabi ko kanina, oras na makita mo ang bahay na ito ay malalaman mong ikaw ang itinakda para sa akin. Huwag kang mag-alala, tutulungan kitang makalimot at makapag-isip. Kapag naliwanagan ka na sa lahat, alam kong matututunan mo rin akong mahalin."

Dinala siya ng babae sa kuwarto, at pinagsaluhan nila ang malamig na hapong iyon. Doon na rin nabanggit ng babae na ilang beses na siyang nabigo sa pag-ibig noon. Ilang lalaki na rin ang nagpaiyak sa kanya.

Marami rin naman daw mga lalaking nahiya na umibig sa kanya sa pag-aakalang may asawa na siya. Kaya bago niya lisanin ang mundo ay isinumpa niyang patuloy pa rin siyang maghihintay sa tamang lalaki para sa kanya. At kung sinuman ang mga lalaking makakakita sa kanyang bahay, ito ang napili sa kanya ng kapalaran para maging kabiyak niya.

Kinilabutan si Jayson sa mga narinig. "I-ibig sabihin, hindi ka buhay? Multo na lang ang kasama ko ngayon?"

"Buhay na ako, Jayson. Kaya nga hindi mo na ako nakikitang nakahimlay sa kabaong ko dahil buhay na muli ako. Tuwing may lalaking makakatagpo at makakapasok sa bahay na ito ay muli akong nabubuhay."

"Ibig mo bang sabihin hindi lang ako ang lalaking nakapasok na rito noon?"

"Tama ka. Tulad mo, marami na ring piniling lalaki ang aking kapalaran para sa akin. Minahal din nila ako pagkatapos ng ilang gabing pinagsaluhan namin dito. Pero sa huli, bigla na lang nagbago ang isip nila. Iniwan din nila ako. Kaya ngayon, umaasa akong ikaw na ang lalaking magmamahal sa akin habang buhay. Umaasa akong hindi ka aalis gaya nila."

Hindi na naman nakasagot si Jayson. Naguguluhan siya, hindi niya alam kung ano ang pipiliin niya, si Adelle ba, o ang mahiwagang babae na ito?

Biglang dumapo sa kanyang pisngi ang makinis na kamay ng babae. Hinaplos-haplos siya nito na nagpatayo naman sa pagkalalaki niya. Di nagtagal ay gumanti na rin siya ng haplos dito, hanggang sa nauwi iyon sa mas matinding eksena.

Doon lang napagtanto ni Jayson kung gaano niya kamahal ang babae. Ngayong natikman na niya ang buong katawan nito, buo na ang loob niyang piliin ito.

Hindi na siya umuwi ng bahay mula noon. Lagi na siyang nasa loob ng mansyon kasama ang babae. At tuwing sasapit ang malamig na hapon ay muli nilang pinaliligaya ang isa't isa sa kama. Iyon lang lagi ang ginagawa nila. Walang patid na pagpapaligaya sa isa't isa.

Hanggang sa dumating ang araw na nagsawa rin si Jayson sa ganoong sistema. Doon pa lang niya muling naisip ang asawang iniwan niya para lang sa babaeng hindi naman niya alam kung saan nagmula. Medyo tumamlay na ang pakikitungo niya rito. Parang gusto na niyang bumalik sa kanila.

Napansin din iyon ni Olivia kaya gumawa siya ng paraan para mapasaya muli ang lalaki. Dinala niya ito sa kabilang silid at pagbukas sa pinto, bumungad kay Jayson ang mamahaling gaming computer set na matagal na niyang pinapangarap.

Sa sobrang mahal ng computer set na iyon, kahit yata magtrabaho siya habang buhay ay hindi niya iyon kayang bilhin.

"Olivia, ano 'to?" labis ang pagtataka niya kung paano nahulaan ng babae ang kanyang gusto.

"Regalo ko 'yan sa 'yo, Jayson. Lahat ng gusto mo ibibigay ko huwag ka lang umalis dito."

Napayakap nang mahigpit si Jayson sa babae, pagkuwa'y humawak siya sa magkabilang pisngi nito. "Olivia, mahal na rin kita alam mo 'yan. Unang kita ko pa lang sa 'yo aaminin kong may naramdaman na ako. Pero hindi rin puwede 'tong ginagawa natin. May asawa akong naghihintay sa akin. May mga pamilya at kamag-anak din akong umaasa sa akin sa labas. Hindi ako puwedeng magkulong dito habang buhay. Sana maintindihan mo 'yon."

Agad gumuhit ang lungkot sa anyo ng babae. "P-pero hindi pa ba sapat ang regalo kong ito sa 'yo? Ano pa ba ang gusto mo? Mamahaling gadget? Sasakyan? Damit? Ano pa ba? Huwag ka mahihiyang magsabi!"

"Olivia, lahat ng mga 'yan ay gusto ko. Sino ba namang tao ang hihindi sa mga 'yan, 'di ba? Pero isipin mo rin na kung nandito lang naman ako lagi sa bahay, paano ko pa magagamit ang mga 'yan? Saan ko gagamitin ang sasakyan na ibibigay mo kung hindi rin ako makakalabas? Pasensiya na, Olivia, pero sa tingin ko hindi ako ang tamang lalaki para sa 'yo. Ayokong saktan ka pero nais ko lang magpakatotoo sa 'yo. Ayokong umasa ka sa mga bagay na hindi ko maibibigay sa iyo."

Tuluyang pumatak ang mga luha ng babae. "A-akala ko, ikaw na ang itinakda para sa akin... Mukhang maghihintay na naman yata ako ng matagal na panahon bago makatagpo ng bagong lalaki na dadalaw sa bahay ko."

"Pasensiya ka na talaga, Olivia. Sana hayaan mo na akong umalis."

"Hinde!" Biglang bumalasik ang anyo ng babae. "Kung hindi mo rin maibibigay ang gusto ko, isang matinding parusa ang ipapataw ko sa `yo!"

"Olivia, akala ko ba nagkakaintindihan na tayo?"

"Lahat ng lalaking nakapasok dito ay hindi na makakalabas nang masaya! At iyan din ang mararanasan mo! Makakalabas ka rito pero hinding-hindi ka na magiging masaya pa!"

Nanlaki ang mga mata ni Jayson nang makita kung paano magbago ang anyo ng babae, mula sa pagiging Diyosa hanggang sa maging isang mabalasik na halimaw.

Sa takot niya ay napatakbo siya palabas ng mansyon. Hindi na siya lumingon sa likuran dahil dinig niya ang mabangis na boses ng halimaw, animo'y hayop na tumatahol at nais siyang sagpangin.

Nang makalabas na siya sa mansyon ay doon pa lang siya nakahinga nang maluwag. Hindi niya maiwasang manlumo dahil sa nagawa niya kay Olivia. Pilit na lang niyang kakalimutan ang lahat.

Isang sasakyan ang nadaanan niya. Ganoon na lang ang pagkasindak niya nang makita ang sariling anyo sa bintana ng sasakyan. Isang matandang lalaki ang nasa repleksyon niya. Doon lang niya napagtanto na nagbago ang kanyang anyo. Naging isang matanda siya, kulubot ang balat, puti ang buhok at lubog ang mga mata!

Sinubukan niyang umuwi sa kanila pero laking gulat niya dahil hindi na siya kilala ng asawa. Kahit anong sabihin niya rito ay hindi siya natatandaan ng babae.

"Sorry po. Nagkamali yata kayo ng bahay na pinasukan. Walang Jayson na nakatira dito. At wala rin akong asawang ganoon ang pangalan. Matagal na pong patay ang asawa ko."

Nanlumo si Jayson. Hindi siya makapaniwala sa pagtataboy na ginawa sa kanya ng asawa. Nagbanta pa itong magtatawag ng pulis kapag hindi pa siya umalis.

Sinubukan din niyang lumapit sa iba pang kamag-anak pero hindi na rin siya kilala ng mga ito. Tila nagbago ang takbo ng realidad. Wala nang nakakakilala sa kanya. Ang tingin sa kanya ng mga ito ay hindi nila kadugo.

Rumaragasa ang luha sa kanyang mga mata habang naglalakad. Ganoon pala ang sinasabing parusa ni Olivia sa mga lalaking hindi tumanggap sa pag-ibig nito. Paano nga naman niya magagawang magsaya pa kung ganito na ang hitsura niya? Bukod sa tumanda at pumangit siya ay wala na ring nakakakilala sa kanya.

Hindi kinaya ni Jayson ang halu-halong emosyong namamayani sa dibdib niya. Isang tulay ang nadaanan niya. Tila ba may nag-uudyok sa kanya para tumalon doon.

Di nagtagal, iyon nga ang ginawa niya. Nagulat na lang ang ilang mga nakakita.

Nang araw ding iyon, isa na namang matandang lalaki ang tumalon at nagpakamatay sa naturang ilog. Walang nakakakilala sa lalaking iyon, at hindi rin nila matukoy kung dayo ba ito o tagaroon.

Wakas.

Ulong Pugot

Larawan ng pagkagulat si Nato nang makita ang ulong pugot na naka-display sa altar. Ayon sa amo niyang si Lolo Sergio, isa lumanong bampira ang may-ari ng ulong iyon. Napatay ito noon ng matanda at idinisplay nito sa bahay ang ulo.

Marami pang nakitang kakaiba si Nato sa bahay, tulad ng mga patalim na ginagamit daw sa pagpaslang noon sa mga aswang, pati na ang mga agimat na nakasabit sa dingding. Pero ang nagbigay talaga ng kilabot sa kanya ay ang pugot na ulo ng bampira.

Bakit naman kaya idinisplay pa ng matanda sa bahay nito ang ulong pugot?

"Sisiw na lang sa akin ang pumaslang ng mga aswang noong kapanahunan ko. Pero ang bampirang ito ang bukod tanging elemento na nahirapan akong paslangin. Napakalas niya. Sobrang makapangyarihan. Mabuti na lang at mas lamang ako ng diskarte sa kanya kaya natalo ko siya. Pero hindi biro ang kapangyarihan niya. Kaya niyang buhayin ang kanyang sarili kahit ilang beses mo siyang patayin," salaysay ni Lolo Sergio.

Nilalagyan nito ng bawang sa bibig ang ulo ng bampira upang hindi na makabalik sa katawan. Linggo-linggo ay pinapalitan ng bawang ang bibig nito. Medyo masakit na rin sa ilong kapag inamoy nang malapitan.

Ayaw sanang maniwala ni Nato sa kuwento ng matanda, pero nang hawakan niya ang ulo at pagmasdang mabuti, totoong ulo nga ito ng tao…o ng isang bampira. Sa hitsura at amoy pa lang, halatang tunay na ulo talaga.

Marami pang ipinakita sa kanya ang matanda. Tulad ng mga nakumpiskang manyika na ginagamit ng mga sinaunang mangkukulam noong unang panahon. Pati na rin ang mga lumang libro na naglalaman ng iba't ibang ritwal na pantawag ng Demonyo.

"Magkamali ka lang ng basa, baka may Demonyo kang mapakawalan." Kaya dapat ay maging maingat daw sa paggamit ng mga librong iyon.

Sa isip-isip ni Nato, malabo rin namang may mapakawalan siyang Demonyo. Bukod sa hindi siya interesado sa mga paksa tungkol sa kababalaghan ay wala rin siyang hilig sa pagbabasa ng mga libro.

Sinasakyan lang niya ang bawat sinasabi ng matanda. Hinahayaan niya itong magkuwento nang magkuwento. Nakakatulong din kasi iyon upang mapanatiling matibay ang memorya ng matatanda.

Sabi pa ni Lolo Sergio, nasa angkan na raw nila ang pagkakaroon ng angking lakas upang labanan ang mga aswang. Naputol lamang ang tradisyong iyon nang isilang ang anak nitong si Danilo na lumaking sarado ang isip sa kababalaghan.

"Palibhasa lumaki siya sa poder ng ina niya kaya doon nagmana. Hiwalay na kami ng asawa ko noong isilang siya kaya hindi ako nabigyan ng pagkakataon na makasama ang anak ko. Masuwerte nga ako dahil pinayagan niya akong makipagkita kay Danilo paminsan-minsan. Mabuti na lang din at naalala pa rin ako ng anak ko kahit ngayong matanda na ako."

Kaya nga pinadala ni Danilo si Nato sa bahay upang maging caregiver ni Lolo Sergio. Dahil sa kawirduhan ng matanda, ayaw na itong pakisamahan ng sariling anak kaya ipinaubaya na lang sa ibang tao. Nagpapadala na lamang ng pera ang lalaki para sa mga pangangailangan ng matanda.

Trabaho ang dahilan kung bakit nandoon si Nato. Kailangan niyang pakisamahan ang matanda kapalit ng offer sa kanya ni Danilo.

Napag-usapan kasi nila na kapag pumanaw na si Lolo Sergio, makakakuha siya ng kalahating milyong piso bilang kabayaran sa pag-aalaga rito. Bukod pa roon ang buwanang suweldo na matatanggap niya.

Sa isip-isip niya, ganoon yata talaga kapag mayayaman; pera-pera na lang ang lahat.

Lahat ng bagay idinadaan sa pera.

Pinaiikot ang mundo sa pera.

Base sa kalagayan ng matanda, mukhang malapit na rin naman itong mamatay. Naka-wheelchair na lamang ito at hindi na rin magawang kumain mag-isa. Bagama't nakapagsasalita pa ng diretso ay mababakas na rin sa kilos nito ang nalalabing hininga. Halos lumabas na ang mga ugat sa labis na katandaan.

Sobrang payat na ng matanda. Hindi na rin ito malakas kumain. Mukhang mapapadali na lang talaga ang buhay nito kaya hindi na dapat mainip si Nato. Konting tiis lang at darating din ang kalahating milyon.

Kung puwede lang sana niyang lasunin ang matanda para makaalis agad sa bulok na bahay nito, pero hindi naman siya ganoon kasama para gawin iyon.

Marami pang ikinuwento sa kanya si Lolo Sergio. Ibinahagi pa nito sa kanya kung paano nito naingkuwentro ang malupit na bampira.

"Haduro ang pangalan ng bampirang iyan. Isa siya sa mga bampirang napadpad dito sa bansa para ikalat ang kanilang kapangyarihan. Hindi siya 'yong tipo ng bampirang naninipsip ng dugo sa leeg. Siya ay isang bampira na ginagamit ang pangil para ipasa sa iba ang dugong-bampira. Nagpaparami sila ng lahi. Pati ang mahal kong bansa ay sinakop nila. Mabuti na lang at napatay ko ang bampirang ito kaya nahinto ang pagkalat ng kanyang lahi."

Sabi pa ng matanda, gusto raw siyang gantihan ng bampirang ito. Sa oras na matanggal ang bawang nito sa bibig ay maaari itong makabalik sa katawan at makapaghasik muli ng lagim.

"Kaya huwag mo kalilimutang palitan ang bawang kada linggo. Kapag mas sariwa ang bawang ay mas mabisang pantaboy. Huwag na huwag mo hahayaan na mawalan ng bawang ang bibig ng bampirang 'yan." Ang sama pa ng titig ng matanda sa ulo ng bampira.

Tumango na lamang si Nato, pagkatapos ay iginuyod ang wheelchair patungo sa kuwarto nito. Maingat niyang binuhat ang matanda at inihiga sa kama nito.

Itinupi niya ang wheelchair at itinabi sa gilid ng kama. Lalabas na sana siya nang magtawag muli ang matanda at itinuturo ang bandang puwitan nito.

Ilang sandali pa'y bigla na lang nakaamoy ng mabaho si Nato. Pagkalapit niya sa matanda, pasimple siyang napakamot ng ulo sa inis.

Kung puwede lang sanang tagalinis na lang ng bahay ang trabaho niya at hindi na kailangang maghugis ng puwit ng matanda.

Hirap na hirap si Nato sa paghugas sa matanda. Inilipat muna niya ito sa sala at pinalitan ang kutson ng kamang nabahiran ng dumi. Imbes na kusina na lang ang wawalisan niya ay nadagdagan pa ang lilinisin niya.

Buhay nga naman. Ngayon ay naiintindihan na niya kung bakit ayaw alagaan ng sariling anak si Lolo Sergio. Bukod sa iba na ang takbo ng isip nito ay hindi na rin pala nito namamalayan ang paglabas ng dumi sa katawan.

Pero hindi na bale. Kung kalahating milyon lang din naman ang kapalit nito ay handa siyang magtiis makuha lang ang halaga na puwedeng makapagpabago sa buhay niya.

Gabi na niya ibinalik sa kuwarto si Lolo Sergio. Siya naman ay nagpunta sa kabilang kuwarto para doon matulog. Titiisin na lang niya ang takot na matulog mag-isa kaysa marinig ang malakas na hilik ng matanda na daig pa ang alulong ng halimaw.

Sa pagdaan ng mga araw ay naging tutok sa trabaho si Nato. Magdidilig ng halaman sa umaga, maglilinis ng bahay sa tanghali, mamamalengke, magluluto ng pagkain, magpapalit ng damit ng matanda, maglalaba, at higit sa lahat ay magpapalit ng bawang sa bibig ng bampira.

Dumaan ang isang buwan ay palaging ganoon ang daily routine ni Nato. Unti-unti na rin siyang nakapag-adjust sa kakaibang environment ng bahay hanggang sa masanay. Natuto na siyang labanan ang inip at takot. Wala rin naman kasi siyang ibang magagawa o mapupuntahan sa lugar na iyon.

Isang araw, tinanggal niya ang bawang sa bibig ng bampira na nalipasan na ng isang linggo. Nagtungo siya sa kusina para kumuha ng panibagong bawang nang tumunog ang kanyang telepono.

Kaibigan niya sa ibang bansa ang tumawag. Nangangamusta lang pala. Inabot pa sila ng mahigit isang oras sa pag-uusap. Pagkatapos nito ay sumunod namang tumawag si Danilo at nangamusta rin sa kalagayan nila sa bahay.

"Heto okay naman kami, Boss. Wala po kayong dapat ipag-alala sa tatay n'yo. Alagang-alaga ko siya rito. Pinapakain ko siya ng masusustansiya. Siguradong hahaba pa po ang buhay niya," makahulugan niyang biro. Alam naman kasi niyang kahit ang lalaki ay ayaw na ring humaba pa ang buhay ng ama.

Pagkatapos ng kanilang pag-uusap ay nagtawag na naman ang matanda sa kuwarto nito. Pagpasok niya sa silid, sumalubong agad sa kanya ang napakabahong amoy. Alam na niya ang ibig sabihin niyon. Kailangan na naman niyang hugasan ang matanda at palitan ang kutson.

Sa sunod-sunod na pag-atake ng mga gawain ay nakalimutan na niyang palitan ng bawang ang bibig ng bampira. Naiwang nakabuka ang bibig nito sa altar at walang bawang sa loob.

Gabi na natapos sa trabaho si Nato. Napagod siya sa paglinis ng kutson. Mabuti na lang at mahimbing na ang tulog ng matanda kaya makakapagpahinga na rin siya.

Isa-isa niyang isinara ang mga bintana at pinto. Pagkuwa'y nagtungo na siya sa kanyang silid para magpahinga. Bagsak agad sa kama ang katawan niya. Ramdam pa niya ang pagpintig-pintig ng katawan gawa ng pagod.

Nasa puntong ipipikit na niya ang dalawang mata nang biglang mag-brownout. Napabalikwas siya nang bangon at dali-daling sinindihan ang flashlight ng kanyang cellphone. Naghanap siya ng posporo at sinindihan ang kandila sa kanyang silid.

Sunod naman siyang nagpunta sa kuwarto ng matanda para bigyan ito ng ilaw. Ngunit paghawak niya sa pinto, nagtaka siya dahil nakakandado ito sa loob.

Napakunot siya ng noo. Hindi niya kinakandado ang silid ng matanda para madali siyang makapasok kung sakaling kailanganin siya nito. Hindi rin naman puwedeng ang matanda ang tumayo para ikandado ito. Labis siyang nahiwagaan.

Mahinahon niyang kinuha ang susi ng silid na nasa kusina at pagbalik ay agad niyang binuksan ang pinto.

Pagbukas niya rito, halos itulak siya ng napakalakas na hangin na lumabas mula sa silid. Kasunod niyon ang pagmulagat ng dalawa niyang mata sa nakita.

Si Lolo Sergio, dilat ang mga mata. Wala nang hininga. May bakas ng kagat sa kaliwang leeg. Habang ang isang misteryosong lalaki na naka-itim ay nakapatong sa harap nito.

Hindi mabilang na kilabot ang dumapo sa kanya pagkaharap ng lalaking nakaitim. Sumilay ang maputi nitong mukha, mapulang mga mata at matutulis na pangil.

"B-b-bampira!" halos mautal siya sa takot. Ito ang nilalang na tinutukoy ng matanda sa kuwento nito noon... Si Haduro!

Sinarado niya ang pinto ng kuwarto at kumaripas ng takbo patungo sa labas. Ngunit pagbaba niya sa hagdan ng balkonahe, bumulaga sa kanya ang bampirang nakaharang sa pinto. Nag-aapoy sa galit ang mga mata nitong nakatitig sa kanya. Para bang gutom na gutom ito at hindi nakatikim ng dugo sa loob ng mahabang panahon.

Nanginginig ang mga paang tumakbo siya patungo sa kusina. Halos madapa pa siya sa tindi ng takot. Ngunit pagkarating niya roon, nakaharang naman ang bampira sa pinto na maaari niyang labasan.

Ibinuka nito ang bibig at inilabas ang matatalim na mga pangil. Nangilabot si Nato habang pinagmamasdan ang bibig nito na puno ng bakas ng dugo.

Habang lumalapit ang bampira ay lalong lumalakas ang kabog ng dibdib niya. Bumigay ang mga tuhod niya at napaluhod sa sahig. Hindi na niya alam kung saan pa pupunta. Lahat na lang ng puwede niyang daanan ay hinaharangan ng makapangyarihang bampira.

Akmang hahawakan na siya ng bampira nang mapaatras ito habang pinagmamasdan ang kuwintas na suot niya.

Paghawak niya sa kuwintas ay naalala niyang isang krus pala iyon. Sa pagkakataong iyon ay nasilayan niya ang kaunting takot sa anyo ng bampira.

Doon siya nagkaroon ng lakas ng loob para tumayo. Hinubad niya ang kuwintas na krus at ipinalupot sa kamao niya. Lalong umatras ang bampira nang makahalata ito sa balak niyang gawin.

Akmang susugurin na niya ito nang biglang magpakawala ng malakas na sigaw ang bampira. Isang sigaw na nagpalutang sa kanya sa ere at itinapon siya palayo. Sa tindi ng pagkakabagsak niya ay kumawala ang kuwintas sa kamay niya. Dahil sa dilim ng paligid ay hindi na niya ito makita.

Natuwa ang bampira at muling lumakad palapit sa kanya. Wala na siyang laban. Dali-dali siyang tumayo at tumakbo paakyat sa ikalawang palapag ng bahay kung saan nakasabit sa pasilyo ang mga armas at patalim na pag-aari ni Lolo Sergio.

Dinampot niya ang isang palakol at naghanap ng mapagtataguan.

Narinig niya ang yabag ng mga paa ng bampira. Naglalakad ito sa pasilyo at tila hinahanap siya. Dinig pa niya ang nakapangingilabot nitong ungol na animo'y tinig ng isang mabangis na hayop.

Inihanda niya ang sarili. Hinayaan niyang nakabukas ang pinto ng silid na pinagtataguan niya. Doon siya sumandal sa gilid ng pintuan habang nag-aabang sa pagpasok ng bampira.

Hinawakan niya nang mahigpit ang palakol. Nilakasan niya ang pakiramdam. Bawat yabag ng mga paa'y pinakikiramdaman niya kung saan pupunta. At narinig niyang papunta nga ito sa bukas na silid.

Napabuga siya ng malalim at pinagpag ang lahat ng takot sa katawan.

Sa pagpasok ng bampira sa pintuan, agad niyang hinataw ng palakol ang leeg nito. Gumulong-gulong pa sa pasilyo ang napugot nitong ulo. May ilang segundo pang nangisay ang katawan nito bago bumagsak sa sahig.

Dali-dali niyang dinampot ang ulo at dinala sa kusina. Kumuha siya ng bawang at ipinasok sa bibig nito.

Nang maibalik niya sa altar ang ulo ng bampira, awtomatikong bumagsak ang katawan niya sa sahig dahil sa pagod.

Napasandal siya sa dingding at hinabol ang hininga. Natulala na lamang siya sa mga nangyari. Naiwan ang halu-halong emosyon sa kanyang anyo: sindak, takot, hilakbot, pagtataka, lungkot.

Dahil sa malagim na pangyayari, hindi na niya alam kung paano pa haharapin ang bukas. Paano niya lilinisin ang bakas ng lagim na iniwan ng bampira? Paano niya ipapaliwanag ang pagkamatay ni Lolo Sergio?

Biglang bumagsak ang ulong pugot sa paanan niya. Halos mapasigaw siya at sinipa palayo ang ulo. Sa lakas ng pagkakasipa ay natanggal ang bawang sa bibig nito.

Kinabahan siya. Agad niyang dinampot ang ulo at nangapa sa paligid para hanapin ang bawang. Hindi puwedeng mawala ang bawang. Ngunit sa dilim ng paligid ay hindi na niya maaninag kung saan gumulong ang bawang.

Sa kawalan ng pag-asa ay napatitig siya sa ulo ng bampira. Ganoon na lang ang pagkasindak niya sa bigla nitong pagdilat. Nagpakawala ito ng nakapangingilabot na ngisi. Kasunod niyon ang nagmamakaawang sigaw ni Nato na kumalat sa buong paligid.

Wakas.

The Glitch

Hindi alam ni Benedict kung pinaglalaruan lang ba siya ng mga mata. Pero kaninang hinatid ng waiter ang order nila, iba ang pagkaing naibigay nito sa kanya. Burger steak ang in-order niya pero one piece fried chicken ang inilapag nito.

Tinawag niya ang waiter sa counter para ipapalit ang pagkain. Ngunit pagbalik niya sa table ay burger steak na ang nakalagay roon.

"Bakit tatawagin mo pa? Tama naman ang order natin, ah?"

"Kanina kasi ibang pagkain 'yong nakalagay d'yan, eh!"

Hindi puwedeng linlangin si Benedict ng kanyang alaala. Kitang-kita ng dalawang mata niya na fried chicken ang nakalatag kanina sa table at hindi burger steak na talagang in-order niya.

Napakamot-ulo na lang si Luisa. "Ben, umupo ka na at nang makakain na tayo. Gutom na gutom na `ko, eh!"

Hindi na nakaimik si Benedict habang kumakain sila. Naguguluhan siya kung ano ang nangyari kanina.

PAGOD ang dalawa pagkauwi sa bahay. Nakiusap si Luisa kung puwede itong makitulog sa kanila. Gawain naman ito ng babae kaya pinayagan na niya.

Hindi sanay ang babae na may katabing lalaki sa kama kaya sa kabilang kuwarto ito natulog. Si Benedict ay nakatunganga sa kisame ng kuwarto niya habang iniisip pa rin ang nangyari kanina.

Nanlalambot ang katawang nagising si Benedict. Pakiramdam niya'y napakahaba ng tulog niya. Pagtingin sa screen ng cellphone, Sabado na ang nakalagay na araw doon.

Nagtaka siya at kinabahan.

Sa pagkakatanda niya, Lunes ng gabi bandang alas-onse nang siya'y matulog. Nakitulog pa nga sa kanila si Luisa. Pero ngayong magising siya ay Sabado na. Ibig sabihin ay anim na araw siyang tulog?

Binaba niya ang mga magulang at tinanong kung anong araw na.

"Sabado ngayon, anak. Bakit?"

"Sigurado ka, Ma?"

"Oo naman. Kaya nga wala kaming pasok ng papa mo sa trabaho. Bakit ba?"

Hindi makapaniwala si Benedict.

"Hindi n'yo ba natatandaan, Ma? Gabi na ako nakauwi noong Lunes, 'di ba? Kahapon dapat iyon. Kasama ko pa nga si Luisa. Dito pa nga siya nakitulog kasi masyado nang malayo ang uuwian niya. Bakit naging Sabado na agad? Dapat Martes pa lang ngayon!"

"Anong Martes?" pati ama niya ay nagtaka na rin. "Anak, Sabado na talaga ngayon. Kahapon ay Biyernes. Oo noong Lunes nakitulog dito si Luisa. Tapos nang sumunod na araw ay nagbakasyon tayo sa probinsiya at kahapon lang tayo nakabalik dito sa Maynila."

Larawan ng pagtataka si Benedict. Wala siyang natatandaang nagbakasyon sila sa probinsiya. Ang natatandaan lang talaga niya ay kumain sila ni Luisa sa fast food kahapon at dito sa kanila nakitulog ang babae. Naging maayos ang tulog niya kagabi hanggang sa magising siya ngayon.

Kahit kanino siya lumapit ay walang makasagot sa mga tanong niya. Sinubukan niyang dalawin ang isa pang kaibigan na dumadanas ngayon ng matinding problema.

Tulad ng kanyang inaasahan, wala pa ring imik si Jordan. Nagkukulong sa bahay at hindi pa rin matanggap ang pagkamatay ng asawang si Jomarie.

"Pare, alam ko ayaw mo pa ng kausap ngayon. Pero may gusto lang sana akong ikuwento sa 'yo."

"Wala akong gana makipag-usap ngayon. Umalis ka na muna at hindi pa ako tapos."

"Anong hindi ka pa tapos?"

Hindi na sumagot ang lalaki. Muli itong pumasok sa kuwarto at nagkulong. Kahit anong katok niya sa pinto ay hindi na siya pinagbuksan.

Nang itapat niya ang tainga sa pinto ay nakarinig siya ng tila makinang umaandar sa loob ng kuwarto. Ano kaya ang ginagawa ni Jordan sa loob?

Inintindi na lang niya ang nagluluksang kaibigan at nilisan na ang bahay nito.

Nanghihinayang talaga siya sa pinagdadaanan ngayon ni Jordan. Isang scientist sa ibang bansa ang tatay nito at nasa dugo talaga nila ang pagiging matalino.

Sa sobrang talino nga ni Jordan, puwede na niyang lamangan si Rizal kung gugustuhin niya. Pero pagdating sa pag-ibig ay tila nabobo ito. Ni hindi nito magawa sa sarili ang mga payong ibinibigay nito sa ibang tao na dumanas noon ng pagkabigo sa pag-ibig.

Nakakaawa talaga si Jordan. Masyado nga naman kasing masaklap ang pagkamatay ng asawa nito. Binaril ang babae sa gitna ng daan habang sila'y naglalakad. Ang suspect dito ay ang grupo ng mga taong may malaking galit sa pamilya ni Jordan.

Habang nakatayo sa gilid ng tawiran si Benedict, isang rumaragasang truck ang nakita niyang papalapit sa dumadaang sasakyan.

Nanlaki ang dalawang mata niya. Mukhang magkakabanggaan pa yata ang dalawa!

Sa isang iglap lang, lumikha ng ingay ang pagsasalpukan ng dalawang sasakyan. Napaatras si Benedict at nagtakip ng mata.

Ngunit pagdilat niya ay pinagtitinginan na siya ng mga tao na tulad niya'y nakaabang din sa tawiran. Nang lingunin niya ang daan ay wala na ang dalawang sasakyan na nagkabanggaan. Maayos ang takbo ng mga sasakyan at walang bahid ng aksidente.

"Nakita n'yo 'yon?" tanong pa niya sa ibang taong nakatingin sa kanya.

"Ano po iyon, sir?"

"'Yong dalawang sasakyan na nagbanggaan! Tumama 'yong isang sasakyan doon sa truck!"

"Wala naman pong nagkabanggaan dito, sir. Nagtataka nga kami dahil bigla na lang kayo umatras kanina at muntik pang madapa. Parang takot na takot kayo. Ano po ba ang nangyari?"

Magsasalita pa sana siya pero bigla niyang naalala ang kakatwang mga pangyayari sa nagdaang mga araw.

Hindi na niya sinagot ang mga ito at dumaan na lang sa ibang direksiyon pauwi sa kanila.

Pawis na pawis siya nang makauwi sa bahay. Sa kusina siya dumiretso at laking gulat niya nang makitang nakaupo sa harap ng lamesa si Jordan. Nakatalikod ito sa kanya.
"O, pare! Nandito ka pala! Buti at napadalaw ka?"

Pagharap nito ay ama na niya ang kaharap niya. Muling nagtaka si Benedict at kinusot pa ang mga mata.

"Tay? Kayo pala 'yan? Akala ko si Jordan!"

"Sira ka ba, anak? Bakit hahanapin mo si Jordan eh ilang araw na ngang hindi nagpapakita 'yon dahil nagluluksa sa pagkamatay ng asawa, 'di ba?"

"Hindi, 'tay! Nandito siya kanina! Nakaupo siya d'yan mismo sa kinauupuan n'yo. Tapos pagharap niya bigla na lang naging kayo!"

"Huwag mo nga akong pagtrip-an at linisin mo 'yong kuwarto mo! Umaalis ka ng bahay na hindi man lang nililigpit ang pinaghigaan mo!"

Magdamag nagkulong sa kuwarto si Benedict. Kinikilabutan na siya sa mga nangyayari. Parang may hindi tama sa paligid.

Binuksan niya ang telebisyon para mabawasan ang takot na namumuo sa kanyang dibdib. Isang balita ang bumungad sa kanya.

Ayon dito, may isang kakatwang pangyayari daw ang namataan sa iba't ibang lugar. Ipinahayag ng mga taong nakasaksi ang kanilang karanasan tungkol sa kakaibang pangyayari na nakikita nila sa paligid. Mga pangyayaring hindi nila maipaliwanag kung paano nangyari at kung saan nagmula.

Gaya ng isang lalaki na mag-isang naglalakad sa tahimik na kalsada. Pagdaan ng isang malaking sasakyan ay bigla na lang siyang nakakita ng matandang nagbibisikleta sa harap niya.

Sa Bulacan naman, isang babae ang nakasaksi ng sasakyan na bigla na lang bumangga sa gitna ng kalsadang walang kalaman-laman. Tila may kung anong bagay na hindi nakikita ang sumalpok sa naturang sasakyan. Nayupi pa ang harap nito at pumutok ang isang gulong.

Sa ibang bansa, viral ang CCTV footage ng isang restaurant kung saan may dumaan na isang lalaki sa harap ng salamin at nagulat ang lahat dahil wala itong repleksyon sa salamin.

Nakuha ng balitang iyon ang atensyon ni Benedict. Doon niya napagtanto na hindi lang pala siya ang nakararanas ng mga kakatwang pangyayari.

Hinarap niya ang computer at sa internet naghanap ng kasagutan. Isang paksa ang nakita niyang tumutugma sa nangyayari sa kanya.

Mga pangyayaring hindi maipaliwanag. Mga pangitaing sumusulpot sa mata at nag-iiwan ng misteryo. Glitch in the Matrix.

Nakuha ng artikulong iyon ang atensiyon niya. Ano nga ba ang mayroon sa tinatawag nilang Glitch in the Matrix?

Glitch in the Matrix is a lapse in the space-time continuum where something unusual happened. It is like a mistake or an irregularity that is not supposed to happen.

Ang mga kakatwang pangyayaring naingkuwentro niya sa paligid ay ilan lang sa mga bagay na nabibilang sa glitch in the matrix.

Isa itong kakaibang pangyayari na bigla-biglang nakikita ng mata kung saan-saan, at kadalasa'y nagdudulot ng kalituhan sa isip ng tao pati sa takbo ng oras at panahon.

Bakit nga ba nagkakaroon ng glitch in the matrix?

Maraming teorya ang nabuo tungkol dito. May mga siyentipikong nagsasabi na ang tao ay maaaring nabubuhay lamang daw sa isang simulation.

Pinapakita rito na ang buhay ng tao ay isa lamang daw ilusyon gawa ng iba't ibang enerhiyang nagmumula sa kalawakan, at maaaring sa totoong buhay ay wala naman talagang tao na nag-eexist.
It's just a big illusion of the universe itself.

Pero may ilan ding teorya na nagsasabing may kinalaman daw ang time travel sa pagkakaroon ng glitch in the matrix.

Ang space and time ay palagi lamang nasa state of continuum at hindi ito maaaring lumiko sa nakaraan. Kaya kung may tao mang gumalaw sa arrow of time at nilabanan ang destiny gamit ang time manipulation, magdudulot ito ng malaking epekto at pagbabago sa kasalukuyan.

Ito ang maaaring magdulot ng glitch sa space-time continuum at dito rin puwedeng pumasok ang teorya tungkol sa Mandela Effect.

Ang Mandela Effect naman ay isang pangyayari kung saan nagkakaroon ng false memory ang ilang tao na malayo sa alaala ng iba pang tao. Tila ba may nagbago sa realidad at bigla na lang nag-iba ang alaala ng isang indibidwal.

It is a phenomenon where a person recalls something that did not happen or recalls it differently from the way it actually happened.

Isang halimbawa rito ang mga taong nakakaalala na namatay raw si Nelson Mandela noong 1980 at malinaw nila itong napanood sa telebisyon. Pero sa totoong buhay, siya ay namatay noong December 2013.

Ang Mandela Effect at Glitch in the Matrix ay kabilang sa mga misteryong nangyayari sa mundo na hindi pa rin mabigyan ng malinaw na paliwanag hanggang ngayon.

Sa lahat ng mga articles na nabasa niya tungkol dito, ang theory tungkol sa time travel lang ang tila malapit sa katotohanan para sa kanya.

At kung tama nga ang hinala niyang time travel ang sanhi ng glitch na nangyayari sa paligid niya, sino naman kaya ang taong ito na minamanipula ang space and time sa pamamagitan ng time travelling? Bigla niyang naalala ang mga makinang narinig niya sa kuwarto ni Jordan.

Dali-dali siyang lumabas at tinakbo ang bahay nina Jordan. Hindi na siya kumatok sa pinto. Dire-diretso siyang pumasok at nilapitan muli ang pinto ng kuwarto nito.

Dinig pa rin niya ang ingay ng mga makina sa loob.

Pinagpag niya ang takot at itinulak pabukas ang pinto. Bumungad sa kanya ang mga naglalakihang makina na may malalaking wire na nakadugtong sa isang malaking computer.

Sa katabi nitong lamesa ay nakapatong ang mga librong galing pa sa ibang bansa. Sinubukang basahin ni Benedict ang mga libro. Lahat ng kanilang nilalaman ay tungkol sa pagbuo ng time travel machine na isang secret project sa United States.

Ang bansa kung saan mismo nagtatrabaho ang ama ni Jordan bilang scientist at inventor.

Hinanap niya si Jordan sa paligid ngunit wala na ito.

Dinala siya ng mga mata sa isang nakabukas na makina. Sa sobrang dilim sa loob ay hindi niya malaman kung anong misteryo ang nagkukubli roon.

Hindi kaya nandito si Jordan? At ito mismo ang ginamit niya para pumunta sa nakaraan?

Ngayon ay malinaw na kay Benedict ang lahat. Maaaring ginamit ni Jordan ang time travel para ibalik ang buhay ng napaslang nitong asawa.

Natatandaan niya ang sinabi noon ng lalaki na mahal na mahal nito ang babae at gagawin nito ang lahat para magkasama sila habang buhay. Wala sa loob na pinasok niya ang makina. At makalipas ng ilang sandali, bigla siyang nakaramdam ng matinding vibrations na bumalot sa buo niyang katawan.

Unti-unting nagdilim ang kanyang diwa hanggang sa lamunin siya ng walang hanggang kailaliman.

Pagdilat ni Benedict, nasa tabi siya mismo ng kalsada. Nasa bandang uluhan naman niya ang makina.

Dali-dali siyang tumayo at naglakad-lakad sa paligid. Nahagip ng mga mata niya si Jordan kasama ang asawa nito na naglalakad din sa daan.

Iyon mismo ang huling eksena bago mabaril ang babae.

Mayamaya pa, may itim na sasakyang humarang sa tabi nila. Iniluwa nito ang grupo ng mga kalalakihang nakasuot ng itim at natatakpan ng mask ang mukha.

Sa pagkakataong iyon, iba ang ginawa ni Jordan para hindi matuloy ang eksena kung saan nabaril ang asawa nito.

Pilit niyang nilabanan ang mga lalaki at nakipag-agawan pa ng baril.

Labis ang pagtataka ni Benedict kung bakit naririnig niya sa kanyang isip ang sinasabi ng utak ni Jordan.

"Hindi dapat matuloy ang pagbaril nila kay Jomarie! Kapag natalo ko ang mga lalaking ito, puwede ko siyang isama sa kasalukuyan at muli siyang mabubuhay!"

Naglakas-loob na lumapit si Benedict at inagaw ang atensiyon ng lahat. Maging si Jordan ay gulat na gulat nang makita siya. Napatitig din sa kanya ang grupo at nababalot ng pagtataka ang mukha.
"Benedict? Tama ba ang nakikita ko? Ikaw ba 'yan?"

"Oo ako ito, Jordan! Sinundan kita rito gamit ang time machine mo. Alam ko kung gaano mo kamahal ang asawa mo pero huwag mo nang gawin ito!"

"Bakit pinasok mo pa ang kuwarto ko! Hindi mo na dapat pinakikialaman ang mga bagay na ito!"

"Mali ang ginagawa mo, Jordan! Dahil sa pagpunta mo sa nakaraan, nagkakaroon ito ng side effect sa kasalukuyan! Pati ako naaapektuhan na! Hindi natin alam ang puwedeng idulot nito sa mundo!"

"Wala akong pakialam! Ang gusto ko lang ngayon ay mabuhay muli ang asawa ko!"

"Nasisiraan ka na ba? Sa tingin mo may magandang idudulot ang muling pagkabuhay ng asawa mo kung ang buong mundo naman ang masisira? Itigil mo na ang kahibangan mo, pare!"

Sa galit ni Benedict ay inagaw niya ang baril ng isang lalaki at siya mismo ang nagpaputok kay Jordan.

Sa pagbagsak ng lalaki sa lupa ay doon pa lang siya tila natauhan at binitiwan ang hawak na baril. "Diyos ko! A-ano 'tong nagawa ko?" Kitang-kita niya kung paano humagulgol nang iyak ang asawa nito.

Dahil sa ginawa niya, nagbago ang pangyayari sa nakaraan. Sa halip na si Jomarie ay si Jordan mismo ang napaslang.

"Magbabayad kaaaaa!" nag-aapoy ang tinig na sigaw sa kanya ng babae. Halos lamunin siya ng matatalim nitong mga mata.

Sa takot ni Benedict ay napatakbo siya at hinanap ang makinang nagdala sa kanya roon. Nang matagpuan ito ay muli siyang pumasok doon hanggang sa lamunin siyang muli ng kadiliman.

Paglabas niya sa makina ay nasa kasalukuyan na muli siya. Sinarado niya ang kuwarto ni Jordan at lumabas na ng bahay nito.

Ngunit sa paglabas niya, isang kagimbal-gimbal na eksena ang bumulaga sa kanya.

Ang buong kalangitan ay napalitan ng hindi mabilang na mga matang lumulutang. Ang mga sasakyan ay kataka-takang lumilipad sa ere. Ang mga tao ay tila wala sa sariling katinuan at lumalakad nang pabaligtad. At ang anyo ng mga gusali ay tila distorted at mali-mali ang ayos.

Ito na nga kaya ang epekto kapag binago ang pangyayari sa nakaraan? Ang takbo ng panahon sa kasalukuyan ay masisira at magkakagulo-gulo. Parang tali na nagkabuhol-buhol at malabo nang maibalik sa dati.

Bumigay ang mga tuhod ni Benedict sa bagong mundo na tinatapakan niya ngayon. Hindi na niya alam ang gagawin. Natagpuan na lang niya ang sarili na umiiyak, pagkatapos ay tatawa. Pati yata utak niya ay nasira na rin.

Wakas.

Spoliarium

Ang silid ay punong-puno ng painting ng isang napakagandang babae. Sa isang tabi, makikita ang lalaking gumuguhit ng panibagong painting ng babaeng iyon.

Araw-araw niyang pinipinta ang mukha ng babae at tila wala siyang balak magsawa. Tila ba isinilang siya sa mundo para lang iguhit nang paulit-ulit ang babaeng iyon.

"Hindi talaga ako magsasawa sa `yo, mahal ko. Ikaw na lang ang nagpapasaya sa akin. Mag-isa na lang ako sa buhay, wala na akong pamilya at kamag-anak. Ikaw na lang ang dahilan kung bakit pinipilit ko pa ring mabuhay ngayon," parang tao na kinakausap ni Mac Frank ang painting.

Kung mamamatay siya, hindi na niya maiguguhit ang mukha ng babaeng iyon kahit kailan. Kaya sa halip na sayangin ang buhay sa wala, nagpasya siyang iguhit na lang sa papel ang babae araw-araw. Doon na lang niya uubusin ang kanyang lakas. Iguguhit niya ang babae hangga't may hininga pa siya.

Ang bahay ni Mac Frank ay punong-puno ng painting ng babaeng tinatawag niya bilang Floreza. Sa loob ng isang araw, umaabot ng mahigit isang daang painting ang nagagawa niya para lang sa babae. May malaki, may maliit, halos hindi na nga siya kumain.

Tuwing gabi rin, madalas pa niyang mapanaginipan ang babae. Kapiling daw niya ito, masaya silang nagsasama, araw-araw silang ikinakasal. Iyon nga ang dahilan kung bakit sa bawat araw na dumadaan ay lalo pang tumitindi ang pagnanasa niya kay Floreza. Tila ginagayuma siya nito sa panaginip niya. O baka sadyang maganda lang talaga ang babae kaya baliw na baliw siya rito.

Kahit pagsama-samahin pa ang lahat ng magagandang babae sa mundo, hindi pa rin nila kayang higitan ang taglay na ganda ni Floreza. Walang salita ang makakapagpaliwanag kung gaano siya kaganda. May iba d'yan na maputi, morena, mestiza, black beauty, o kung anu-ano pa mang uri ng hitsura. Pero si Floreza, lubhang naiiba ang kagandahan. Infinite beauty.

Masisisi ba ni Mac Frank ang sarili kung mabaliw siya nang ganoon sa babae?

Pero sino nga ba si Floreza sa buhay niya? Maging siya ay hindi rin ito masagot. Ni hindi pa nga niya nakikita sa totoong buhay ang babae. At wala ring nakakaalam kung nag-e-exist ba talaga ito sa mundo.

Basta nakilala lang ni Mac Frank ang babae sa isang lumang litrato na napulot lang niya sa daan. Sinigurado niyang hindi mananakaw ang litratong iyon sa kanya.

Inilagay niya ito sa loob ng aparatong salamin na nakapatong sa isang altar na punong-puno ng mga bulaklak at kandila. May kandado rin ang aparatong iyon para makasigurado siya sa seguridad nito. Ganoon kaprotektado ang orihinal na litrato ni Floreza.

Kapag nawala ito sa kanya, baka iyon na rin ang maging huling araw ni Mac Frank sa mundo.

Nang hapong iyon ay nagluto ng masarap na pagkain si Mac Frank. Siya lang din naman ang kakain ng mga ito. Nakapatong pa ang isang painting ni Floreza sa harap niya habang kumakain.

Medyo nangangayayat na siya dahil sa puyat gabi-gabi kaya ito ang pamamaraan niya para makakain nang marami. Tinititigan niya ang mukha ni Floreza para mas maparami ang kain niya. Kahit papaano ay nababawi niya ang lakas na nawawala sa kanya.

Nang gabi namang iyon, bago matulog ay muli pang nag-painting si Mac Frank. Nang matapos ay sinabit naman niya ito sa harap ng pinto niya sa kuwarto.

Napagod din ang mga kamay niya kaya naisipan niyang magpahinga. Sa kanyang tabi ay nakapuwesto ang isang maliit na painting ni Floreza. Katabi niya ito gabi-gabi sa higaan niya. Kinukumutan pa nga niya.

"Hindi ko alam kung sa anong panahon ka nabuhay, Floreza. Kung magkakaroon lang sana ako ng kapangyarihan, babalik at babalik talaga ako sa panahon kung saan ka nabuhay para makasama kita. Pagtatagpuin ko ang tadhana natin. Kaso mukhang malabong mangyari 'yon." Nangingilid na ang mga luha ni Mac Frank habang nakatitig sa painting.

"Imposibleng magkasama pa tayo dahil ipinanganak ako sa maling panahon." Hindi niya napigilang humagulgol nang iyak.

Tuwing gabi bago matulog ay lagi siyang naiiyak nang ganoon sa tuwing maiisip ang hindi pinagtagpong panahon nila ng babaeng iyon. Bakit ba labis-labis ang pagnanasang nararamdaman niya sa isang babaeng walang kasiguraduhan ang existence sa mundo?

Pinipilit niyang paniwalaang totoo si Floreza dahil sa litrato nitong napulot niya. Pero minsan ay naiisip din niyang baka edited lang ito o manipulated lang ng kung sinong Photoshop expert. Sa panahon ngayon ay napakadali nang pekein ng kahit anong bagay, pati nga litrato at mukha ng tao.

Basta ang alam lang niya, abot hanggang langit ang pagmamahal niya sa babae. Baka nga lagpas pa sa langit. Sukdulan. Walang katapusan. Mas malawak pa sa kalawakan.

Dumilim ang paligid. May tumawag sa pangalan niya. Labing isang palapag. Tinanong kung okay lang siya, sabay abot ng baso, tila naghihintay sa kanya.

Uminom sila ng gintong alak. Pinagsaluhan nila ang malamig na gabi. Sa tabi ay nakasabit ang gintong salamin. Walang kapantay ang kaligayahan nilang dalawa. Sinabayan pa ng makahulugang awitin na sumasabay sa bawat kaganapan.

Iyon na ang pinakamasayang sandali ng buhay ni Frank. Pero pagmulat niya, nagbalik sa dati ang lahat. Nanlumo siya, panaginip lang pala.

Kung puwede lang niyang itigil ang pag-ikot ng mundo, para lang hindi na magising sa panaginip na iyon. Bakit ba madalas ay panaginip pa ang mas masaya kaysa sa totoong buhay?

Umiyak ang umaga ni Frank. Ibinuhos na lang niya ang labis na kalungkutan sa pagpinta ng bagong mga larawan ni Floreza.

"Ilang painting pa ba ang kailangan kong gawin para lang magkatotoo ka? Ano pa ba ang ritwal na dapat kong usalin para lang mabuhay ka?" pagtangis niya habang ginuguhit ang mukha ni Floreza sa canvas.

Ewan niya, at ewan ng lahat kung sinong may pakana. Lahat ng kalungkutan ay gumuguhit na lang sa kanyang lalamunan.

Bigla siyang may naalalang kanta. Naisipan niyang patugtugin ang Spoliarium ng Eraserheads sa Vinyl player niya habang ginuguhit ang mukha ni Floreza.

Umiikot ang album ng Eraserheads na pinamagatang "Sticker Happy" sa Vinyl habang tumutugtog ang awit na iyon.

Mas lalo siyang ginaganahan magpinta kapag pinapatugtog ang naturang kanta. Tila nagkakaroon siya ng panibagong enerhiya para ipagpatuloy ang buhay. Iyon ang kantang nais niyang ialay at iharana kay Floreza kung makita lang niya ito sa totoong buhay.

Sa umaga lang na iyon ay sampung painting na agad ang natapos niya. Sobrang sikip na nga ng bahay niya sa dami ng paintings ni Floreza. Halos hindi na niya malaman kung saan pa isisiksik ang ilan sa mga ito.

Medyo gumaan na ang pakiramdam niya dahil sa sampung painting na kanyang natapos. Inisip niyang magiging masaya na muli si Floreza rito kaya naisipan niyang magpahinga muna.

Doon pa lang siya nag-agahan habang kaharap sa lamesa ang isa sa mga painting ng babae. Pagkatapos kumain ay nagtungo naman siya sa sala at lumuhod sa harap ng altar ni Floreza.

"Mahal, maraming salamat sa panibagong umaga na ibinigay mo sa akin. Salamat sa lakas at ligayang ipinagkaloob mo ngayong araw para makabuo ng mga bagong paintings mo. Sana'y gabayan mo ako sa bawat sandali, huwag mo akong pababayaan, at lagi mong tatandaan na ikaw lang ang babaeng kinikilala ng puso ko. Amen," sabi niyang tila nagdadasal.

Kung may makakakita lang sa kanya, iisipin nilang nababaliw na siya. Pero kay Frank, isang normal na umaga lamang ito. Gawain na niyang lumuhod at magdasal sa harap ng altar na ginawa niya para kay Floreza. Hindi ito nawawala sa morning routine niya.

Naniniwala kasi siyang balang araw ay magkakatotoo rin si Floreza sa pamamagitan ng Tulpa Effect. Ang Tulpa Effect ay may pagkakahawig sa Imaginary Friend na kadalasang tumatama sa mga kabataan. Ang pinagkaiba lang ay puwedeng magtagal habang buhay ang Tulpa oras na maisagawa ito ng isang tao sa kanyang isip. Hindi siya nito iiwan. Magiging parang tunay na tao talaga ito na puwedeng kausapin at laging nakabuntot sa taong nagmamay-ari dito.

Hanggang isang araw, naisipang lumabas ni Mac Frank para mamili ng mga pagkain. Naubusan na kasi siya ng mga gulay at karne na lulutuin kaya kinakailangan na muli niyang mamalengke.

Pagkauwi ay marami na uli siyang stock ng pagkain sa pridyider. Bago magluto ng tanghalian ay gumawa muli siya ng sampung painting ni Floreza habang kumakanta.

"At ngayon...di pa rin alam kung bakit tayo nandito. Puwede bang itigil mo na..." bago pa matapos ni Mac Frank ang huling bahagi ng lyrics ay may narinig siyang boses.

"Ang pag-ikot ng mundo..."

Nagulat siya. Napalinga siya sa paligid. Ewan niya, at ewan ng lahat kung tama ba ang narinig niya, tila may isang boses ng babae ang nagpatuloy sa kanta niya.

Nilibot pa niya ang buong sulok ng bahay pero wala siyang nakitang tao maliban sa kanya. Hindi siya maaaring linlangin ng pandinig. Alam niyang boses ng babae ang narinig niya, kinanta pa nga ang huling bahagi ng lyrics niya.

"Floreza? I-ikaw na ba 'yan?" muli niyang tanong sa hangin. "Magsalita ka. Kumanta ka ulit. Sabayan mo ako, Floreza. Kumanta tayo! At ngayon...di pa rin alam kung bakit tayo nandito...puwede bang itigil mo na...ang pag-ikot ng mundo... Sabayan mo ako, Floreza! Sabayan mo akoooo!"

Nababaliw na naman si Frank sa labis na saya. Muli siyang lumuhod sa harap ng altar ng babae at paulit-ulit na kinanta ang Spoliarium. Sa tingin niya'y ito na ang bagay na makakapagpabuhay sa babae.

Magdamag siyang kumakanta. Lumatag na lang muli ang gabi ay hindi pa rin siya humihinto. Naubos na lang ang boses niya ay wala pa ring nangyayari, hindi pa rin nagkakatotoo si Floreza, at hindi na muling nagparinig sa kanya ang misteryosong boses ng isang babae kanina.

Dahil doon ay muling nilamon ng kalungkutan si Mac Frank. Daig pa niya ang namatayan kung magluksa. Sa labis na bugso ng damdamin ay kung anu-ano na ang ginawa niyang kabaliwan.

Nilaslas niya ang balat at ginamit ang sariling dugo para ipinta ang mukha ni Floreza. Inirecord pa niya iyon sa kanyang video camera. Habang nagpipinta ay nagsasalita siya sa harap ng camera. Kinukuwento niya ang lahat ng tungkol kay Floreza, kung paano niya ito nakilala at kung gaano niya ito kamahal.

Nang matapos niya ang painting na gawa mismo sa kanyang dugo ay iniharap niya ito sa camera. "Ito na yata ang pinakamagandang painting na nagawa ko."

Sa sumunod na eksena, makikita si Mac Frank na katabi ang Vinyl player habang pinapatugtog muli ang kantang Spoliarium.

"Umiyak ang umaga
Ano'ng sinulat ni Enteng at Joey diyan.
Sa gintong salamin?
'Di ko na mabasa 'pagkat merong nagbura."

Sa bahaging iyon ay huminto siya at muling tumitig sa camera. "Alam n'yo, buong buhay ko ay binuhos ko para iguhit si Floreza. Hindi ako nagsasawa sa kagandahan niya. Lahat ng trabaho ko noon na may kinalaman sa pagpipinta ay tinalikuran ko lahat para lang sa kanya. Napagpasyahan ko kasing siya na lang ang iguguhit ko habang buhay. Sa ganitong paraan umaasa ako na balang araw magkikita kami at masisilayan din niya ang mga paintings ko."

Natigil sa pagsasalita si Mac Frank at muling sinabayan ang kanta. Mayamaya ay nagsalita na naman siya. "At sa tingin ko, ngayon na ang araw na 'yon. Ngayon na kami magkikita. Alam kong wala na sa mundong ito si Floreza. Kaya naman ako na lang ang susunod sa kanya sa kabilang buhay, at doon sigurado akong makikita ko siya. Magkikita kami."

Biglang inilabas ni Mac Frank sa kanyang bulsa ang isang baril na kanina pa pala niya itinatago roon. Ikinaway pa niya ito sa harap ng camera.

"Kung iniisip n'yong nababaliw ako, nagkakamali kayo. Alam ko ang ginagawa ko, at kaya ko ginagawa ito ay nais kong ipakita sa buong mundo ang pagmamahal ko kay Floreza. Susundan ko siya sa kabilang buhay!"
Itinutok ni Mac Frank sa ulo ang baril, saka muling sinabayan ang huling bahagi ng kantang tumutugtog sa Vinyl.

"Ang pag-ikot ng mundo, ang pag-ikot ng mundo, ang pag-ikot ng mundo, ang pag-ikot ng mundo..."

At nang matapos ito ay ipinutok na niya ang baril sa kanyang ulo. Isang iglap lang ay bumulagta siya sa sahig at tumalamsik sa pader ang dugo na nagmula sa nabutas niyang ulo.

Nanatiling naka-standby ang camera habang patuloy na nirerecord ang tahimik na paligid.

NAGING viral sa internet ang suicide video ni Mac Frank. Natagpuan ito sa kanyang silid matapos mangamoy ang nabubulok niyang bangkay. Dahil dito ay pinagkakaguluhan na naman ang kantang Spoliarium ng Eraserheads. Ito kasi ang kantang pinatugtog ni Frank bago siya nagpakamatay.

Kung dati ay nakilala ang kanta dahil sa aktres na si Pepsi Paloma, ngayon naman ay iniuugnay na ito kay Mac Frank dahil sa suicide video niya.

Ayon sa mga ekspertong sumuri kay Mac Frank, maaaring nagkaroon daw ito ng diperensiya sa pag-iisip dahil sa labis na obsession kay Floreza.

Katunayan, hindi lang iyon ang unang pagkakataon na may nagpakamatay sa babaeng ito. Dahil noong mga nakaraang dekada ay ilang kalalakihan na rin ang naitalang kinitil ang sarili nilang buhay dahil kay Floreza. Lahat sila ay nabaliw sa babaeng ito at nagpakamatay para sundan sa kabilang buhay ang pinakamamahal nilang babae.

Isang lalaki noong 2002 ang nagpakamatay dahil kay Floreza. Lagi niyang hawak ang litrato nito at halos ayaw nang bitawan. May talento sa pagkanta ang lalaking iyon at suki rin sa mga singing contest. Pero dahil kay Floreza ay nasira ang career nito. Mula noon ay huminto na raw ito sa pagkanta at lagi na lang nagkukulong sa bahay. Paulit-ulit daw nitong kinakantahan si Floreza. Gumagawa pa nga ito ng sariling kanta na alay nito sa babae. Hanggang sa dumating nga ang araw na nagpakamatay na ito sa labis na obsession sa babae.

Isang lalaki naman noong 2006 ang nagpakamatay rin matapos mabaliw sa babae. Kilala ito sa paggawa ng mga sculptures. Pero tumigil din ito sa trabaho mula nang makita ang litrato ng babae. Wala na raw itong ibang ginawa noon kundi ang bumuo ng sculptures na hawig sa anyo ng babae. Doon nito ibinuhos ang natitirang sandali ng buhay bago nagpakamatay.

Marami pang mga lalaki noon ang nagpakamatay dahil sa labis na pagmamahal at pagnanasa sa babae. At ngayon nga ay kabilang na rin dito si Mac Frank, kilala bilang isang mahusay na pintor, ibinuhos din nito ang natitirang panahon sa mundo para iguhit at ipinta nang paulit-ulit ang babae bago nito tinuluyan ang sarili.

Doon nila napagtanto na ang lahat ng lalaking humahawak sa lumang litrato na iyon ni Floreza ay nababaliw at tila nagagayuma. Wala nang nakakaalam kung saan napunta ang litrato matapos ng nangyari kay Mac Frank.

Dahil doon, iisa ang naging tanong ng lahat. Sino nga ba talaga si Floreza?

Muling nabuhay ang isyu tungkol sa pagkatao ni Floreza. Dahil moderno na ang panahon ay mas nagkaroon ng kakayahan ang mga eksperto para alamin ang katauhan ng babaeng ito.

Natagpuan nila ang isang lumang libro tungkol kay Floreza Amor Valiente. Ito ang buong pangalan ng babae. Ipinanganak daw ito noong 1956 at namatay noong 1979.

Ang awtor ng libro ay kaibigan mismo ng babae. At ito ang naglakas-loob na magkuwento tungkol sa talambuhay ng kanyang kaibigan sa pamamagitan ng librong iyon.

Hinanap nila ang awtor na ito na nagngangalang si Edwardo Jacinto. Natagpuan nila ito sa probinsiya ng Pampanga, at ayon dito, sadyang naging mapait daw ang buhay ni Floreza. Gaya ng isinaad niya sa libro, ilang beses daw nasawi sa pag-ibig ang babae. Halos hindi mabilang ang mga lalaking nanloko rito noon na naging dahilan ng pagpapatiwakal nito.

Iyon lang ang impormasyong nakuha nila tungkol kay Floreza. Bigo pa rin silang malaman kung anong misteryo ang nagtutulak sa mga kalalakihan para magpakamatay sa babae. Lahat sila inalay ang sariling buhay para lang sa isang babaeng matagal nang patay.

Ilang lalaki pa kaya ang paluluhain ni Floreza? Ilang lalaki pa ba ang magbubuwis ng buhay para lang sundan siya sa kabilang buhay?

Ang pangyayaring ito ay parang katulad ng Spoliarium na painting ni Juan Luna kung saan maraming mga lalaki ang namatay, pinatay at ikinulong sa isang lugar na punong-puno ng kalungkutan at pagdurusa.

Wakas.

Kabiyak

Pinalayas na naman si Wilmor ng nanay niya. Nag-away na naman kasi sila dahil sa paglalasing niya gabi-gabi.

Kaya nang gabing iyon, nakitulog na lang muna siya sa bahay ng barkada niyang si Joshua.

"Bakit naman kasi inaraw-araw mo ang pag-iinom, pare? Pagpahingain mo rin minsan ang atay mo!"

Natawa lang siya sa sinabing iyon ni Joshua. "Iinom ako hangga't gusto ko! At walang kahit sinumang makakapigil sa akin, kahit pamilya ko pa!"

"Wag ganoon, pare. Isipin mo rin minsan ang nanay mo. Kayo na lang dalawa ang magkasama 'di ba? Tapos sasaktan mo pa siya?"

"Kung may nasasaktan man dito, ako 'yon! Dahil ako lang naman ang hinihigpitan mula pagkabata. Wala akong kalayaan. Ngayon ko lang nagagawa ang mga gusto ko. Hindi naman puwedeng hanggang ngayon bine-baby pa niya ako. At iyon ang gusto kong ipaalala sa kanya na hindi niya maintindihan!"

Hindi na lang nagsalita si Joshua. Kapag ganoon na ang tono ng kaibigan ay wala na siyang karapatang makisabay pa.

Sa kabilang kuwarto na natulog si Wilmor. Hindi kasi siya sanay na may katabi sa kuwarto. Kahit sa sariling bahay nila hindi sila magkatabi ng nanay niya.

"Pare, kung may kailangan ka puntahan mo na lang ako sa kuwarto ko," mayamaya'y sabi sa kanya ni Joshua habang nakatanaw ito sa harap ng pintuan.

"May alak ka ba d'yan, pare?"

Nagtawa ang lalaki. "Naku! Wala akong ganang uminom ngayon. Next time na lang, pare. Saka magpahinga ka rin muna. Lahat ng sobra, nakakasama."

Hindi na siya sumagot doon. Lumabas na rin naman agad ang kaibigan. Kinandado niya ang pinto para makasiguradong walang basta-bastang makakapasok doon.

Nang mapag-isa na si Wilmor, doon pa lang pumatak ang mga luha na kanina pa nagtatago sa kanyang mga mata.

Inaatake na siya ng kunsensiya sa ginagawa niya. Lalo na noong makita niyang umiyak ang kanyang ina at palayasin siya nito.

Araw-araw na lang kasi siyang nanggugulo sa bahay at napapaaway sa lugar nila. Kung saan-saang riot na siya nasasangkot. Minsan ay sinasadya na lang niyang palalain ang bisyo para lalong inisin ang ina.

Ang gusto lang naman niya ay maging malaya sa edad niya. Beinte kuwatro na siya. Sa ganoong edad, naniniwala siyang dapat ay siya na ang may hawak sa sarili niyang desisyon.

Pero heto, nakatali pa rin siya sa kanyang ina. Parang teenager kung iturin pa rin siya nito. Iyon ang ikinagagalit niya, at dahilan ng pagrerebelde niya.

Hindi niya alam kung kailan maiintindihan ng kanyang ina na malaki na siya, at hindi na dapat bine-baby pa lalo na sa harap ng ibang tao.

Ang mali lang niya ay napasobra yata ang pang-iinis niya kaya humantong sa ganito ang lahat. Siya tuloy ang nagdudusa at nahihirapan.

Hindi makatulog nang gabing iyon si Wilmor. Parang nanghihina ang katawan niya kapag hindi nakakainom ng alak.

Lampas alas-dose na pero gising na gising pa rin ang diwa niya. Sa inip, napilitan siyang tumayo at lumabas ng bahay. Hindi na siya nagpaalam sa kaibigan dahil mahimbing na ang tulog nito.

May natira pa siyang sandaan sa bulsa. Ipangbibili na lang niya iyon ng kahit isang bote ng red horse. Gusto lang talaga niyang uminom muna kahit konti para dalawin siya ng antok.

Sinolo niya ang nabiling red horse habang naglalakad sa gilid ng daan. Ewan ba niya kung lasing na ba siya pero bigla na lang siyang nakarinig ng babaeng umiiyak sa isang tabi.

Nagmumula iyon sa isang abandonadong gusali. Akala niya minumulto na siya. Pero nang marinig niyang magsalita ito na nanghihingi ng tulong ay tila naalarma siya.

Sa hindi malamang dahilan ay nakaramdam siya ng sense of responsibility. Paano kung nangangailangan nga ng tulong ang babaeng ito?

Pinasok niya ang madilim na building. Sinubukan niyang buksan ang mga bintana ngunit masyado na iyong matigas at binalutan na ng makakapal na kalawang.

Ginamit na lang niya ang flashlight ng cellphone upang maaninag ang madilim na loob ng building. Wala siyang ibang nakita roon kundi ang makakapal na alikabok at mga ipis na nagsisigapangan sa paligid.

Sa isang bintana, nagulat siya nang maaninag ang isang babaeng nakadungaw doon, umiiyak at may dugo sa mukha. Ngunit hindi iyon naging hadlang sa taglay nitong kagandahan.

"Pakiusap, tulungan mo ako. Huwag ka sanang matakot sa akin. Hindi ako masamang tao. Nais ko lang ng tulong."

Doon humupa ang kaba niya. Nilapitan niya ito habang iniilawan ng flashlight. "B-bakit ka nandito? Anong ginagawa mo d'yan?"

"Hindi ako puwedeng lumabas. May banta ang buhay ko. Kailangan kong magtago rito kaya sana maintindihan mo."

"A-anong tulong ang gusto mo?"

"Habang hindi pa ako puwedeng makalabas, puwede bang ikaw na lang ang humanap sa kanya?"

Nagtaka siya. "Sinong siya?"

"Sa kabiyak ko." Napalunok ng laway ang babae. "Hanapin mo ang kabiyak ko. Hindi ko kayang mabuhay nang wala siya. Kailangan ko siya."

Tumango-tango siya. "Pasensiya na, Miss. Pero sino po ang kabiyak mo? A-anong pangalan niya? Saan ko siya hahanapin?"

Hindi agad nakasagot ang babae. "Hindi ko alam kung maiintindihan mo. B-baka katakutan mo lang ako kapag sinabi ko sa `yo."

"Miss, paano kita matutulungan kung hindi mo sasabihin sa akin ang pangalan niya?"

"Basta, nakapula siya. May tatak ng rosas ang suot niya."

Napakamot-ulo na lang siya. "Ah, miss. Sa dinami-dami ng tao rito, paano ko malalaman kung siya na iyon? Ang dami-daming puwede magsuot ng pula na may rosas dito. Pangalan at hitsura sana ang kailangan ko. Saka kung tagasaan siya at kung saan kayo huling nagkita."

"Naiiba siya sa lahat. Wala siyang kapareho. Makikilala mo siya agad kapag nakita mo siya. Basta iyon lang ang tandaan mo. Nakasuot siya ng pula na may rosas. Pakiusap hanapin mo siya. Saka ko na ipaliliwanag ang lahat sa `yo kapag nagkita na kayo. Sa ngayon, iyon na lang muna ang maibibigay kong impormasyon sa `yo. Matutulungan mo ba ako, ginoo?"

Napaisip si WIlmor. Tutulungan pa nga ba niya ang babae o hindi na? Pagsasayangan pa ba niya ito ng oras? Nalilito siya. Hindi niya ugaling magpakita ng kabaitan sa iba.

Pero tuwing sasagi sa isip niya ang mga kasalanang ginawa sa ina, parang natutukso siyang gumawa ng mabuti sa iba upang kahit papaano'y makabawi siya at makagawa ng maganda.

"Susubukan ko. Gagawin ko ang lahat para makita ko ang sinasabi mo," pagpapasya niya.

Napaiyak sa tuwa ang babae. "Salamat! Maraming salamat, ginoo!"

"Pero hindi ba talaga puwedeng malaman ang pangalan niya?"

"Gaya ng sabi ko, ipapaalam ko rin ang lahat sa `yo kapag nakita mo na siya. Basta tandaan mo na lang ang palatandaang sinabi ko."

"Sigurado ka ba rito? Hindi ka ba nanloloko lang?" paglalakas-loob niya.

"Ginoo, mukha ba akong nanloloko sa kalagayan kong ito? Ni hindi na nga ako makalabas dito dahil may banta ang buhay ko. May gustong pumatay sa akin. Kaya nga kailangan kong makita ang aking kabiyak sa lalong madaling panahon."

"Kung ganoon, bakit hindi natin subukang humingi ng tulong sa mga pulis? Kahit doon ka na lang magpalipas ng gabi sa police station."

"Hindi puwede. Lalo lang akong mapapahamak. Mas ligtas ako rito dahil walang makakakita sa akin."

"Bakit, may ginawa ka bang hindi maganda? Natatakot ka rin sa mga pulis?"

"Ginoo, wala akong ginagawang masama. Ako na nga itong ginawan ng masama kaya nasira ang buhay ko. Mahirap kasing ipaliwanag sa ngayon. Basta hanapin mo na lang ang aking kabiyak. Siya lang ang makakapagbigay-linaw sa `yo sa nangyayari sa aming dalawa. Hanapin mo siya pakiusap. Nandito lang siya sa lugar na ito. Hindi siya makakaalis, kaya hanapin mo sana siya."

"Hindi kita kilala, pero susundin ko ang gusto mo," pagdedesisyon ni Wilmor. Naisip niya, kung matutulungan nga niya ang babae at mareresolba ang problema nito, kahit papaano may maipagmamalaki siya sa kanyang sarili dahil nakatulong siya sa kapwa.

Sa ganitong paraan niya naisipang bumawi sa mga kabalastugang ginagawa niya sa buhay pati sa sariling ina.

"Maraming salamat, Ginoo. Huwag kang mag-alala, wala akong ginagawang masama. Kailangan ko lang talaga ng tulong."

"Pero ayaw mo ba talagang lumabas d'yan? Kahit doon ka na lang makitulog muna sa bahay ng kaibigan ko."

"Hindi na, Ginoo. Salamat na lang. Mas ligtas ako rito."

"Gaano ka na ba katagal dito?"

"Magtatatlong araw pa lang, Ginoo."

"Hindi ka ba nagugutom?"

"Wala akong ganang kumain. Ang gusto ko lang talaga ngayon ay makita ang pinakamamahal kong kabiyak."

"Sige, gagawin ko ang makakaya ko para makita siya. Babalikan na lang kita rito. Huling tanong na lang. Ano nga pala ang pangalan mo?"

"Ako po si Samantha."

"Sige. Salamat. Wilmor nga pala."

Doon nagwakas ang usapan nila.

Kinabukasan, agad niyang kinuwento sa kaibigan ang nangyari. Natawa ito nang sabihin niya ang dahilan kung bakit niya ito nais tulungan.

"Seryoso, pare? Tutulungan mo ang isang tao kahit hindi mo kilala? Dahil lang sa 'maganda' siya?"

"Ano namang masama do'n? Sa dami ng mga ginawa ko sa buhay ko, ngayon lang ako makakagawa ng mabuti."

"Pero mali rin na magtiwala ka sa ibang tao! Lalo na sa ganoong babae na ayaw lumabas ng building na 'yon! Baka mamaya drug addict 'yon o kriminal talaga! At ginagamit ka lang para mahulog sa patibong nila."

Hindi na sumagot si Wilmor. Ayaw na niyang makipagtalo dahil alam niyang wala rin siyang laban pagdating sa debatihan. Basta, gagawin na lang niya ang gusto niya nang hindi humihingi ng permiso sa iba.

Binalikan niya ang babae sa abandonadong building at pinagdala ng tanghalian. Hindi pa rin niya ito makita nang buo dahil masyadong maliit ang bintanang kinalalagyan nito.

Nakadungaw lang doon ang babae at tila naghihintay pa rin sa kabiyak nito. Kahit tanghaling tapat na ay napakadilim pa rin sa loob ng building. Ni walang liwanag na nakakapasok doon.

Inabot niya sa loob ng bintana ang pagkain. "Kumain ka muna. Hindi ko pa nahahanap ang katipan mo. Pero mamaya magsisimula na ako."

"Maraming salamat, Ginoo. Napakabusilak ng iyong puso."

"Wala na ba talagang ibang clue kung paano ko siya makikita? Bukod sa pulang kasuotan na may rosas?"

"Naiiba siya sa lahat. Iyon lang ang dapat mong tandaan. Kahit hindi ako magsabi ng pangalan o hitsura, madali mo siyang makikilala oras na makita mo siya."

"Sige na. Bahala na. Hindi ko na rin kailangang magtagal dito. May gagawin pa kasi ako, tapos hahanapin ko na ang sinasabi mo."

"Salamat ulit. Maghihintay ako, Ginoo."

Tumango na lamang siya at doon tinapos ang usapan nila. Hinanap nga niya buong maghapon ang sinasabi nito. Nilibot na niya ang halos lahat ng barangay sa kanilang lugar ngunit hindi niya ito makita.

Nagpatuloy siya sa paghahanap kinabukasan. Nagtungo pa siya sa isang baryo kung saan nakatira ang isa sa mga barkada niya. Nagpatulong pa siya roon at nagtanong-tanong na rin.

Wala rin daw silang nakitang lalaki na nakasuot ng pula na may tatak rosas. Napakahirap ng hinahanap nila dahil hindi naman nila alam pati pangalan nito o hitsura man lang.

Nang sumunod na araw, binalikan niya ang babae.

"Hanggang ngayon hindi ko pa rin siya makita, eh. Ang hirap talaga kapag hindi alam ang pangalan o hitsura. Para kaming naghahanap sa wala. Hindi ba talaga puwedeng malaman ang pangalan niya?"

Wala pa ring matinong sagot sa babae. Hindi na tuloy niya maintindihan ang tumatakbo sa isip nito. Nais na niyang isipin na nababaliw lamang ito at nag-iilusyon na may katipan kahit wala naman.

Pero dahil sa awa at sa taglay nitong kagandahan, napipilitan pa rin siyang tulungan ito. Nais pa rin niyang makagawa ng mabuti sa kapwa, normal man o abnormal gaya ng babaeng ito.

Nang gabing iyon, nagpatuloy siyang muli sa paghahanap. Habang naglilibot at tumutungga ng alak ay sinabayan niya iyon ng paghahanap.

Sa di kalayuan, bigla siyang nakakita ng kakaiba. Ewan ba niya kung lasing na ba siya pero bigla na lang siyang nakakita ng katawan.

Isang kalahating katawan na nakatayo lamang at hindi gumagalaw. Nangilabot siya noong una nang mapagtantong katawan iyon ng isang manananggal.

Bakit kaya sa dinami-dami ng lugar, dito pa talaga nagpalit ng anyo ang aswang na ito? Expose na expose sa daan ang katawan nito. Maraming puwedeng makakita.

Nang lapitan niya ang katawan, doon niya naaninag ang suot nitong pulang palda na may tatak ng rosas.

Natigilan siya. Naalala niya ang lahat ng sinabi ng mahiwagang babae. Doon nanlaki ang mga mata niya.

Ito na ba ang sinasabi ng babae na kabiyak nito? Naiiba sa lahat? Nakasuot ng pula na may tatak rosas?

Walang iba kundi ang sarili nitong katawan?

Sinubukan niyang hawakan ang katawan. Ngunit bigla itong gumalaw at tumakbo palayo. Sa gulat ay nabitawan niya ang bote ng alak at nabasag pa sa paanan niya.

Sa kabila ng takot ay sinubukan pa rin niyang habulin ang kalahating katawan. Napakabilis nitong tumakbo. Daig pa nito ang tao na buo ang pangangatawan. Tila may sariling isip at alam na hinahabol niya ito.

Nakarating pa sila sa sementeryo. Nang mahawakan niya ang katawan, akala niya ay kaya na niya iyong kontrolin.

Ngunit nabigla na lang siya nang sumipa ito sa bayag niya. Ikinatumba niya iyon sa lupa. Doon siya pinagsisipa ng katawan hanggang sa magtamo ng minor injury ang mga binti niya.

Nahirapan siyang makatayo dahil doon. Nakita niyang tumakbo muli palayo ang kalahating katawan.

Hindi siya sumuko. Ginamit niya ang natitirang lakas para habulin ito. Sa pagkakataong iyon, pumulot siya ng mahabang kawayan para ipanglaban dito.

Nakarating pa sila sa tulay patungo sa palengke. Doon niya nahabol ang kalahating katawan. Sinamantala niya ang pagkakataon. Pinagpapalo niya ito hanggang sa manghina.

Doon niya binuhat ang kalahating katawan at dinala sa pinagtataguan ng mahiwagang babae.

Tuwang-tuwa ito nang makita ang nawawalang katawan nito, ang kabiyak na matagal nawalay rito.

"Maraming salamat, Ginoo! Nakita mo siya! Nakita mo ang aking kabiyak! Ang kalahati kong katawan!"

"Grabe ka! Kaya pala wala kang mabanggit na pangalan o hitsura sa akin! Heto pala ang sinasabi mong kabiyak mo?"

"Sinabi ko naman sa iyo, Ginoo. Madali mong makikilala ang kabiyak ko dahil naiiba siya sa lahat. Ngunit paano mo ba siya nahanap?"

"Hindi na mahalaga iyon. Ang importante nandito na siya ngayon sa `yo."

Gulat na gulat siya nang lumabas ang babae sa pinagtataguan nito. Pumapagaspas pa ang pakpak habang nagpaikot-ikot ng lipad sa ere bago ito dumikit sa katawan.

Sa pagkakataong iyon, buo na muli ito. Naging ganap na itong tao.

"Ano ang ibig sabihin nito? Isa kang aswang? Manananggal?" hindi makapaniwalang tanong niya.

"Tama ka, Ginoo. Ito ang dahilan kaya hindi ako makalabas dito. Ikamamatay ko kasi kapag nasinagan ako ng liwanag sa umaga."

"E, bakit hindi ka sa gabi maghanap sa sarili mong kabiyak? May mga pakpak ka naman."

"Iyon na nga ang problema. Kung ako ang maghahanap, hindi magpapakita sa akin ang sarili kong katawan dahil may ibang kumokontrol dito."

Nangunot ang noo niya. "Anong ibig mong sabihin?"

"Isinumpa ako ng mangkukulam. Siya ang gumawa sa akin nito kaya nagiging manananggal ako tuwing gabi. Ngunit mula nang makalipad ako sa unang pagkakataon, bigla na lang tumakbo ang katawan ko. Hindi ko na siya mahanap. Muntik na nga akong abutan ng umaga noon. Kaya napilitan akong magtago rito upang hindi mamatay sa liwanag."

"Seryoso? Nagawa mong mabuhay kahit hindi buo ang katawan mo?"

"Bahagi iyon ng sumpa sa akin ng mangkukulam. Hindi nga ako mamamatay, pero magdudusa naman ako nang sobra-sobra dahil sa paghihirap na ito. Mabuti na lang talaga, natulungan mo akong mahanap ang katawan ko."

Nakaramdam ng ginhawa at kaliwanagan si Wilmor. Pakiramdam niya isa na siyang bayani dahil sa nagawa niya. "Kung ganoon, ano na ang balak mong gawin n'yan?"

"Magpapakalayo na 'ko rito para mawala sa akin ang sumpa ng mangkukulam."

"Bakit ka ba niya isinumpa? At nasaan ba siya?"

"Hindi ko na alam kung nasaan siya. Hindi na mahalaga iyon. Ang importante makalayo ako rito dahil dito sa lugar na ito nagsimula ang lahat. Dito nagmula ang away namin matapos kong patulan ang asawa niya. Iyon ang dahilan kaya niya ako isinumpa."

Hindi na nakasagot si Wilmor. Hindi siya makapaniwalang nangyayari ang lahat ng ito.

"Samahan mo na lang ako sa simbahan, Ginoo. Para tuluyang mawala ang sumpa niya sa akin, at hindi na ako maging mananaggal muli sa susunod na gabi. At para makapaghugas din ako ng kasalanan dahil sa pakikiapid na ginawa ko."

Pinagbigyan niya ito. Sa simbahan na sila dumiretso nang gabing iyon.

Wakas.

Manika

Isang misteryosong babae ang nakilala ni Bruno. Natagpuan niya itong nakaupo sa parke, walang kausap, walang katabi at palaging nakatingin sa malayo.

Minsang tabihan niya ito ay kusa itong humarap sa kanya at nakipag-usap. "Maganda ba itong manika ko?"

Pinagmasdan ni Bruno ang manikang kasing laki ng sanggol na hawak ng babae. Hindi niya maiwasang kilabutan sa kakaibang hitsura ng manikang ito. Parang mangkukulam.

Sa huli, tumango pa rin siya at sinang-ayunan ang babae upang hindi ito masaktan, kahit ang totoo'y hindi niya gusto ang nakakatakot na hitsura ng manika.

"Salamat. Sa lahat ng nakakita sa manika ko, ikaw lang ang nagandahan."

Nawirduhan na rin si Bruno sa babaeng ito. Boses pa lang ay may taglay ding misteryo. "Wala 'yun! Lahat naman ng nilalang ay may taglay na kagandahan," sabi na lamang niya para makuha ang loob ng babae.

Aaminin niya, kahit may pagkawirdo ito ay hindi maitatanggi ang taglay nitong kagandahan. Pati na ang maalindog nitong katawan at perpektong postura na nagpaliyab sa pagkalalaki niya.

Hanggang baywang ang buhok nito at natatakpan ang kalahati ng mukha. Madalas din itong nakayuko kahit may taong kausap.

"Gusto mo bang mamasyal?" Minsan ay niyaya ni Bruno ang babae. Para naman hindi puro kawirduhan ang ginagawa nito sa mundo.

Dahil sa kabaitang pinapakita niya ay gumaan din ang loob nito sa kanya. Sumama nga ito nang yayain niyang gumala sa Mall.

Ayon sa babae, iyon daw ang unang beses na makapasyal siya sa matataong lugar. Hindi siya komportable kapag napalilibutan ng maraming tao.

"E, bakit palagi kang nakatambay sa Park? Marami rin namang tao roon, ah?"

"Pero hindi kasing dami ng mga nandito. Para silang mga langgam na nagkakagulo sa paningin ko. At isa pa, hindi rin ako sanay sa mga malalamig na pasyalan gaya nito. Mas gusto ko pa rin ang sariwang hangin."

"Gano'n naman pala, e. Dapat pala sa Luneta kita dinala. Mas gusto mo sa mga open places, 'no?"

"Oo, Bruno."

"Bakit naman?"

"Mas nakapagbibigay ng lakas sa amin ang sariwang hangin."

Nagtaka si Bruno. "Sa amin?" Saka nito naalala ang manikang hawak palagi ng babae. "Oh, I get it."

Saglit na pumagitan ang katahimikan sa kanilang dalawa. Mayamaya'y si Bruno ang bumasag nito nang tanungin niya ang pangalan ng babae.

"Ako nga pala si Rosana. At ito ang pinakamamahal kong kapatid, si Roselia." Sabay hagod nito sa ulo ng manika.

"Pati pala manika mo may pangalan din, ah!"

"Mahal na mahal ko ang manikang ito. Si Roselia na lang ang natitirang pamilya ko."

Doon pa lang naunawaan ni Bruno kung bakit ganoon kumilos ang babae. Mahirap nga naman mangulila sa magulang at mamuhay mag-isa.

Isang araw, niyaya si Bruno ng babae sa bahay nila. Iyon ang unang beses na makakatapak siya sa tahanan ng babae.

Nagdala si Bruno ng mga rosas dahil paborito ito ni Rosana. Madalas ikuwento sa kanya ng babae na punong-puno raw ng rosas ang loob ng bahay nito.

Kitang-kita nga niya nang makapasok sa loob kung gaano karaming rosas ang makikita sa paligid. Bumabagay ito sa pulang damit na laging sinusuot ng babae.

"Halika sa kusina. Kumain muna tayo."

Isang masarap na putahe ang inihanda ng babae kay Bruno. Nang matikman niya ito ay lalo siyang naglaway sa sarap.

Hindi niya namalayang naparami siya ng kain. Ang sobrang kabusugan ay tila nagpaantok sa kanya. Tila may kakaibang sangkap ang pagkain na nagpadilim sa paningin niya.

Bigla na lang nakatulog si Bruno sa lamesa at napasandal ang katawan sa kinauupuan. Nang magising siya, labis ang pagtataka niya kung bakit siya nakatali sa isang kama.

At nang lingunin niya ang paligid, nakahilera sa tabi ang mga agnas na bangkay ng mga lalaking nakabigti. Halos dumilim ang silid sa dami ng mga katawang nakaharang sa nakasarang bintana.

Biglang iniluwa ng pinto si Rosana habang buhat-buhat ang manikang si Roselia.

"Rosana… Ano ito?" Nagsimula nang kumabog ang dibdib ni Bruno.

"Salamat, Ate. May bago na naman akong doll collection!"

Gulat na gulat si Bruno nang makitang magsalita ang manika. Sa pagkakataong iyon ay kumikilos ito na parang tao. Tumatawa na parang demonyo.

"A-Anong…" umurong ang dila ni Bruno. Halos wala nang tinig na gustong lumabas sa kanyang bibig.

Isang malagim na katotohanan ang ibinulgar sa kanya ni Rosana. "Salamat sa kabaitan mo kahit hindi ako totoong tao."

May ilang sandaling napaisip si Bruno kung ano ang ibig sabihin ng babae. Pero nang pagmasdan niyang mabuti ang dalawa, doon siya may napansing kakaiba.

Muling nagsalita ang manika, at ito mismo ang nagkumpirma sa bagay na ibinubulong ng isip niya.

Hindi totoong tao si Rosana. Isa lamang itong manika na kasing laki ng tao. Isang uri ng manika na sadyang idinisenyo para magmukhang tunay na tao.

Sa kanilang dalawa ay si Roselia ang tunay na tao. Taglay nito ang kakaibang sakit kung saan may pagkakapareho sa manika ang hitsura ng balat at katawan nito. Hindi rin ito lumalaki kagaya ng isang unano. Isa itong rare condition na hindi pa natutuklasan ng siyensya.

Kitang-kita ni Bruno kung paano lumiwanag ng kulay pula ang mga mata ni Roselia. Kung ano ang iwika ng isip nito ay siya namang lumalabas sa bibig ng manikang si Rosana. Isang ilusyon. Isang patibong. Isang tunay na sugo ng dilim!

Sinukluban ng kilabot ang kanyang katawan nang mapagtanto ang sinapit ng mga bangkay na nakabigti sa silid. Mga lalaking tulad niya ay kinaibigan din ni Rosana para ibigay bilang laruan sa kanyang kapatid.

"Ngayon, may bago na akong laruan…" tumatawang sabi ni Roselia habang inilalabas ng kapatid nito ang patalim sa bulsa.

Sindak na nagsisigaw si Bruno. At sa isang senyas ng bata sa alagang manika, patalim na ang nagsalita.

Wakas.

Distorted

Tabukhan ang mga bata pagkakita kay Roselia. Pasuray-suray itong naglalakad sa daan at bahagyang nakatirik ang mga mata. Para itong bangkay na bumangon sa hukay dahil sa labis na kadungisan. Dagdag pa ang punit-punit nitong damit na tila ilang taon nang hindi napapalitan.

"Balik n'yo puso ko... Kailangan ko puso ko..." paulit-ulit niyang sambit sa malamig na tinig. Kinakapa pa niya ang dibdib na waring hinahanap ang puso.

Labis na kinatakutan si Roselia. Tingin nga sa kanya ay malala na ang sakit sa utak. Palagi niyang hinahanap ang sariling puso, hindi puso ng damdamin, kundi ang mismong puso na tumitibok.

Naniniwala ang babae na dinukot ang kanyang puso at ang katawan niya ay isang bangkay na lamang. Kailangan daw niyang mahanap ang nawawalang puso para muli siyang mabuhay.

"Baliw na talaga ang babaeng 'yan!" sabi ng ale na bumibili sa isang tindahan.

"Ano ka ba naman! Huwag mo nang laitin 'yong tao. Hindi ka naman niya ginugulo," sagot naman ng tindera.

Naging interesado ang journalist na si Russel kay Roselia. Naghahanap pa naman siya ng kakaibang kuwento na puwedeng ipasok sa kanilang magazine.

Nagtanong-tanong siya sa mga tambay.

Napag-alaman niya, sawi pala sa pag-ibig si Roselia. Iniwan ito ng sariling asawa mula nang mamatay ang kanilang anak sa pneumonia.

Nanalo rin daw sa lotto ang babae, ngunit dahil lumaki itong mangmang at walang pinag-aralan, nakuha ng mga kamag-anak nito ang premyong napalanunan.

Nawalan na nga ito ng karapatan sa sariling yaman, pinalayas pa ito sa sariling tahanan. Kaya heto si Roselia, pagala-gala na lang sa lansangan.

"…pero nakikita namin siyang tumutuloy sa abandonadong bahay malapit doon sa sementeryo. Sa tingin ko, iyon ang tirahan niya ngayon," pahayag ng matandang lalaking nakausap niya.

Pinuntahan ni Russel ang nasabing bahay at kinuhanan ng litrato. Kahit sino ang tumira sa abandonadong tirahan ay talagang tatamaan ng depresyon. Bukod sa nakakatuyo ng utak ang katahimikan, ang tanging kapitbahay ni Roselia ay mga nitso.

Paalis na si Russel sa lugar nang masalubong niya si Roselia na pauwi sa tahanan nito. Bahagya siyang nagulat sa mala-bangkay na hitsura ng babae. Sobrang payat. Parang kalansay na naglalakad.

"Ang puso ko… Tulong mo ako hanap puso ko… Gusto ko buhay muli… Kailangan ko puso koooo!"

Napatakbo si Russel sa takot. Kung magsalita kasi ito, para talagang patay na umahon sa lupa.

Ayon naman sa ibang napagtanungan niya, sinapian na raw ng mga kaluluwa si Roselia kaya ganoon na lang kung kumilos ito.

"Sa tagal ba naman kasi niyang tumira doon, malamang pinaglalaruan na siya ng mga multo ngayon!"

Isang araw, bigla na lang hindi nagpakita si Roselia sa kalsada. Ni anino nito sa sariling bahay ay hindi na mahagilap. Saan kaya napunta ang babae?

Pansamantalang nahinto si Russel sa pananaliksik kay Roselia dahil wala na siyang nasasagap na balita rito.

Samantala, isang ina ang nag-utos sa kanyang anak na bumili ng suka at toyo sa tindahan.

Malayo ang tindahan sa kanilang lugar at kailangang lampasan ang sementeryo.

Tahimik lang sa paglalakad ang batang lalaki nang mapasulyap sa bahay na katabi ng sementeryo. Ganoon na lang ang pagkagulat niya nang masilayan ang babaeng nakasilip sa sirang bintana. Natatakpan ng buhok ang kalahating mukha at bahagyang nakalitaw ang nanlalaking mata.

Nagtatakbo sa takot ang bata. Hindi nito napansin agad ang dumadaang motor. Gumulong-gulong ito sa daan at nagtamo ng mga galos sa katawan.

Halos hindi makausap ang bata nang iuwi sa bahay. Palagi lang nitong sinasambit ang nakitang nakakatakot na babae.

"Baka si Roselia ang nakita niya!" bulungan ng mga usyoso.

Nang sumunod na araw ay nasundan ang kakatwang pangyayari.

Napadaan sa sementeryo ang mag-asawa nang mahagip ng kanilang mga mata ang katabing abandonadong bahay. Isang babaeng tabingi ang ulo at tirik ang mga mata ang nakasilip sa bintana.

"Diyos ko pooo! Multooo!"

Inatake sa puso ang babae. Mabuti na lang at naisalba ito sa ospital.

Marami pa ang nagsabing naaksidente at minalas daw sila matapos magpakita ang nakasilip na babae.

Dahil doon, naghinala ang mga tao na si Roselia ang nagdudulot ng iba't ibang kamalasan sa kanilang lugar. Sa kanya ibinato ang sisi.

"Patay na nga talaga si Roselia! At siya ngayon ang nagmumulto sa sementeryo!"

Maging si Russel ay hindi makapaniwala sa bagong tsismis na narinig. Kaya pala hindi na nakikita ang babae ay dahil namatay na ito sa sariling tahanan.

Mula noon, iniwasan ng mga tao na lumingon o mapalapit man lang sa bahay ni Roselia. Nagsasabog daw ito ng malas dahil hindi matanggap ang masaklap na pagkamatay.

May naidagdag na naman si Russel sa sinusulat niya. Humahaba na ang documentary na ginagawa niya tungkol sa buhay ni Roselia. Para na nga siyang gumagawa ng biography sa haba ng naisulat niya.

Sa kasalukuyan ng pagsusulat ay nahinto si Russel at napaisip.

Bakit kaya iniisip ni Roselia na dinukutan ito ng puso? Bakit ito lumalakad na parang zombie? Noon lang siya nakakita ng ganoong kaso. Labis siyang nahiwagaan sa babae. Higit itong naiiba kumpara sa ibang biktima ng depresyon.

Dulot ng kuryosidad ay napilitan siyang manaliksik tungkol sa iba't ibang uri ng depression. Hanggang sa makita niya ang tungkol sa Walking Corpse Syndrome.

Ang nangyari kay Roselia, isa nga bang uri ng WCS o Walking Corpse Syndrome?

Walking Corpse Syndrome, also known as Cotard's delusion, is a rare mental disorder in which the affected person holds the delusional belief that they are already dead, do not exist, are putrefying, or have lost their blood or internal organs.

Napaisip si Russel. Mukhang ito nga ang sakit na dumapo sa babae. Naghanap pa siya ng artikulo tungkol sa Walking Corpse Syndrome, at ito ang natuklasan niya:

Isang Scottish man ang nagkaroon ng head trauma matapos ang motorcycle accident noong 1996. Nang maka-recover ay palagi na nitong sinasabi na patay na raw ito at nasusunog sa impiyerno.

May isang bata rin ang naitala noong 2005. Lahat daw ng nakikita nito sa paligid ay patay na. Mga gusali, puno, kalikasan. Naniniwala rin ito na isa na lang ding bangkay ang sariling katawan at wala nang silbi.

Isang 27 taong gulang na lalaki rin ang nagsabing nawawala raw ang tiyan nito at hindi nito magawang kumain.

Saan nga ba nakukuha ang Walking Corpse Syndrome?

Nabasa ni Russel ang iba't ibang health conditions na maaaring pagmulan ng WCS, kabilang na ang bipolar disorder, catatonia, psychotic depression, postpartum depression, brain injuries, epilepsy, dementia, at schizophrenia.

Wala pa raw natatagpuang cure para sa disorder na ito. Ang mga pasyenteng meron nito ay isinasalang lamang sa pamamagitan ng drugs at electroconvulsive treatments.

Kapag lumala na raw ang Walking Corpse Syndrome, mawawalan ng kakayahan ang tao na makakita ng mga mukha.

Walking Corpse Syndrome will start sending false signals to the brain, and those who are affected of this disorder will start losing the ability to recognize faces.

Kapag umabot na sa final stage ay nananatili na lamang sa bahay ang may mga ganitong karamdaman at hindi na lumalabas. Dahil para sa kanila, lahat ng bagay sa mundo ay patay na kabilang ang mga sarili nila.

Iba na ang takbo ng realidad sa utak nila.

They are living in a world where everything is distorted.

Maliwanag na ang lahat kay Russel. Posibleng hindi pa patay si Roselia. Maaaring nagkulong lamang ito sa loob ng bahay dahil lumala na ang sakit. Marahil ay iniisip talaga nitong patay na ito at hindi nag-e-exist.

Ang nakikita ng mga tao na sumisilip sa bintana ay ang mismong babae na malala na ang kalagayan. Hindi ito multo. Hindi isinumpa. Mali ang iniisip ng mga tao.

Nahinto siya sa ginagawa nang marinig ang mga taong tumatakbo sa labas. Pagsilip niya, may dala-dalang gas ang mga ito at nagsisigawan.

Ayon sa mga narinig niya, susunugin daw ng mga ito ang bahay ni Roselia para mahinto na ang kamalasang idinudulot ng kaluluwa nito.

"Lintik na!" Tarantang lumabas si Russel at sumunod sa mga tao. Hindi niya alam kung paano sasabihin sa mga ito na hindi pa patay ang inaakala nilang patay na.

Galit na galit ang mga tao. Wala silang pinalampas na oras at sinunog nga nila ang bahay ni Roselia.

Maya-maya'y nagulat ang lahat sa narinig na sigaw. Mula sa bintana ay nakita nila ang biglang pagtayo ng babae habang nagsusumigaw sa galit ang nag-aapoy nitong katawan.

Si Roselia, buhay pa pala!

Halos panlakihan ng mga mata si Russel habang nasasaksihan kung paano masunog nang buhay ang babae kasama ang bahay nito.

Kung kailan nangyari na ang insidente ay saka pa nagsisihan ang mga tao.

"Ikaw kasi kung anu-anong sumpa ang pinagsasabi mo d'yan!"

"Hindi ako! Siya! Siya ang nagsabi na patay na raw si Roselia!"

Mas naaawa si Russel sa mga tao kaysa kay Roselia. Parang mas baliw kasi ang mga ito kumpara sa babae. Kung anu-anong kababalaghan ang pinaniniwalaan kaya heto at nakapaminsala pa ng buhay.

Nang matapos ang trabaho ni Russel, nagbalik na siya sa Maynila para isumite ang ginawang documentary. Wala na siyang balita sa naturang lugar, pero araw-araw niyang ipinagdadasal ang kaluluwa ni Roselia.

Wakas.

Phantasmagoria

Kapag natupad ang iyong hiling, lahat ng pangarap mo ay masisira. Isang halimbawa rito ang nangyari kay Gregorio. Sa kagustuhang matupad ang hiling na yumaman sa pinakamadaling paraan, napilitan siyang pasukin ang iligal na mga trabaho.

Naging akyat-bahay siya, naging dealer ng mga droga, naging miyembro ng sindikato, at ngayon isa na siya sa mga professional killer for hire na binabayaran para pumatay ng tao.

Ngunit lahat ng ito ay binitawan niya nang makaipon ng sapat na halaga para buhayin ang kanyang sarili. Nagpatayo siya ng bahay sa isang liblib na lugar sa probinsiya at doon nanirahan. Malayo sa lahat ng mga kamag-anak niya pati sa mata ng batas.

Ayaw naman talaga niyang gawin ito noong una. Sadyang hindi lang niya nakayanan ang labis na pagkasilaw sa pera. Akala nga niya magiging masaya siya oras na dumami nang ganito ang kanyang salapi. Pero heto siya ngayon, mag-isang naninirahan sa malaking bahay niya, walang kasama, walang asawa, walang kaibigan at walang kahit isang tao na makausap.

Wala siyang ibang ginawa kundi ang magtago. Hindi na siya puwedeng mamuhay nang normal gaya ng iba. Anumang sandali ay puwedeng may makakita sa kanya, makakilala sa kanyang hitsura. Pag nagkataon, sa kulungan na ang susunod niyang destinasyon.

Ngayon lang niya napatunayan na hindi lahat ng may pera ay masaya, lalo na kung sa masamang paraan lang din ito nakuha. Sa sitwasyon niyang iyon, ang gusto niya ay taong makakausap, mapagsasabihan ng problema, at masasandalan tuwing nais maglabas ng emosyon.

Kung puwede lang sanang bumili ng kaibigan gamit ang pera, ngunit napakahirap din pala. Sa lugar nilang iyon, halos wala rin siyang makitang tao na dapat pagkatiwalaan. Mahirap na, baka ito pa ang magdala sa kanya sa kulungan kapag nalaman ang sikreto niya.

Tuwing lalabas ng bahay, kailangan pa niyang magbalot nang ganoon kahit napakainit para lang hindi siya makilala sa daan. Napakahirap mabuhay kapag kailangang magtago lagi sa maskara upang pagtakpan ang madilim na pagkatao.

Buti pa ang ilang mga nakikita niya sa daan, hindi man ganoon kayaman, may kalayaan naman. Malaya silang nabubuhay sa paraang gusto nila, at wala nang mas sasaya pa roon.

Hanggang sa biglang may dumapo sa isip ni Gregorio para tuldukan ang pagtatago niya lagi sa publiko. Paano kung ipabago niya ang sariling mukha para hindi na niya kailangang magtago?

Tama, plastic surgery sagot sa problema niya.

Kumuha siya ng magaling na plastic surgeon para ipagawa ang bago niyang mukha. Sinigurado niyang walang alam ang mga duktor na ito sa background niya upang manatiling lihim ang kanyang pagkatao.

Tagumpay nga ang kinalabasan ng operasyong iyon. Tuwang-tuwa siya sa salamin nang makita ang bago niyang anyo. Malayong-malayo na ito sa dating Gregorio na kinatatakutan ng lahat. Pakiramdam niya'y isinilang siyang muli sa mukha ng iba.

Hindi na niya kailangang takpan ang mukha tuwing lalabas ng bahay. Sa hitsura niyang iyon, malabong may makakilala pa sa kanya.

Effective naman ang naisip niyang plano. Dahil sa taglay niyang kaguwapuhan, marami na siyang mga babaeng nakilala. Ilan sa mga ito ay naging close friends na niya.

Nakabuo na rin siya ng circle of friends mula sa iba pang tao. Napakagaan sa pakiramdam tuwing kausap ang mga ito na walang pag-aalinlangan. Wala siyang dapat na itago. Paniwalang-paniwala niya ang lahat sa isang nakaraan na hindi naman talaga kanya. Imbento lang niya ito para ibaon sa hukay ang dating Gregorio na may sungay.

Hanggang isang araw, naisipang bumili ng aso ni Gregorio para magkaroon din siya ng alaga sa bahay. Nabili niya ang husky na ito sa isang lumang pet shop na pagmamay-ari ng matandang Tsino.

Unti-unting nawala ang kalungkutan niya dahil sa asong ito. Sa kabila ng pagiging maingay umalulong ay napaamo naman niya ito. Madali ring matuto ang aso, nagagawa na nitong dumumi sa banyo, magbukas ng pridyider, magbukas ng pinto tuwing lalabas siya, at kumuha ng bagay na ipinag-utos niya.

Nagawa niyang baguhin kahit papaano ang buhay dahil sa bago niyang mukha. Bagamat ayaw pa rin siyang tantanan ng kunsensiya, nagagawa na rin naman niyang labanan ito dahil sa paunti-unting kaligayahan na tinatamasa niya.

Isang gabi, mahimbing na ang tulog ni Gregorio nang bigla na lang siyang maalimpungatan. Nanginig agad siya sa labis na lamig ng paligid. Napilitan siyang bumangon para patayin ang aircon, subalit bumungad agad sa kanya ang aso niyang nakatayo sa harap ng kama at nakatitig sa kanya.

Wala itong imik, wala ring ekspresyon. Nakatitig lang ito na parang estatwa. Hindi gumagalaw, walang balak tumahol o umalulong. Para bang pinagmamasdan nito pati kaluluwa niya.

"Hey, hindi ka pa natutulog?" kung kausapin niya ang alaga ay parang tao.

Wala pa ring tugon ang aso. Nakatitig lang ito nang tuwid sa kanya na para bang binabasa ang buong pagkatao niya.

Ilang beses niya itong kinausap at hinawakan pero hindi ito gumagalaw sa puwesto. Ayaw rin siya nitong bitawan nang tingin. Hanggang sa magsawa siya kaya napilitang humiga muli.

Habang nakapikit ang mga mata, bigla na lang nakarinig ng kakaibang tinig si Gregorio. Parang may bumubulong sa wikang hindi niya maunawaan.

Napabalikwas agad siya ng bangon at nilingon ang aso. Nakatayo pa rin ito sa harap ng kama niya at patuloy na nakatitig sa kanya. Sinubukan niya itong lapitan muli, ngunit sa pagkakataong iyon ay bigla siyang kinagat nito sa hintuturong daliri.

Hindi naman ganoon katindi ang impact, pero nagkaroon siya ng kaunting sugat. Napilitan siyang sindihan ang ilaw at ginamot ang kanyang sugat sa kusina kung saan nakalagay ang first aid kit niya.

Habang abala sa paglilinis ng sugat, bigla na lang niyang narinig ang pag-alulong ng aso niya. Dahil sa husky ito, alulong ang ginagawa nito sa halip na pagtahol.

Nagmadali siya sa kusina at agad bumalik sa kuwarto para tingnan ang nangyayari dito. Subalit pagbukas niya sa pinto ng silid, isang lalaki ang nakaupo sa kama niya, gamit nito ang dati niyang anyo!

Nanginginig ang mga kamay na sinarado niyang muli ang pinto habang patuloy pa rin sa pag-alulong ang aso niya.

Ngayon lang kumabog nang ganoon katindi ang dibdib niya. Sa unang pagkakataon ay naranasan niya ang pagtindig ng balahibo gawa ng kilabot. Wala siyang kinatatakutan noon dahil nga kriminal siya. Pero ngayon, siya na ang nasa ilalim ng buntot ng demonyo.

Nagtagal ng ilang minuto bago huminto ang aso sa pag-alulong. Doon pa lang siya nagkaroon ng pagkakataong buksan muli ang pinto. Nang silipin niya ang loob, wala na ang mahiwagang lalaki roon. Payapa na muli ang paligid. Ang aso naman niya ay nagtungo na sa higaan nito para magpahinga. Wala na rin ang kakaibang titig nito sa kanya kanina. Nakaguhit na muli ang saya sa anyo nito.

Doon pa lang humupa ang kilabot sa katawan ni Gregorio. Pumasok na siya ng kuwarto at humiga sa kama. Hindi na niya pinatay ang ilaw sa takot na baka maulit ang nangyari kanina.

Nakatulog din siya nang payapa di kalaunan.

Isang babae ang dinukutan ng mata, at ipinasok iyon sa butas ng puwerta nito. Dalawang babae naman ang nakahubad habang naghahalikan, at sa likod ng mga ulo nila ay nakatutok ang mga baril. Bigla ring sumingit ang isang lalaking may bitbit na pusa, at di kalaunan, ang pusa ay naging pagkaing nakahapag sa lamesa at pilit ipinapakain sa isang humahagulgol na babae.

Napakabilis ng mga pangyayari. Sa loob ng ilang sandali, napakaraming mga kakatwang eksena ang nagdaan. Parang koleksyon ng mga patalastas sa telebisyon.

Sa isang iglap, biglang nagising si Gregorio na tagaktak ng pawis ang katawan. Doon lang niya napagtanto na isang panaginip lang ang lahat. Pakiramdam niya, para siyang nanaginip ng napakaraming beses sa maikling oras.

Pagsilip niya sa bintana ay madaling araw na. Gusto pa sana niyang matulog pero ayaw na siyang dalawin ng antok dahil sa panaginip na nagbigay ng kilabot sa kanya. Napilitan na siyang bumangon at nagtimpla ng kape.

Habang basa balkonahe, iniisip pa rin niya ang mga napanaginipan kanina. Ang hirap pa namang managinip ng masama lalo na kung mag-isa lang sa bahay. Hindi niya alam kung nagbabadya ba ito ng panganib o banta sa buhay niya.

Tinawagan niya ang apat na babaeng naging kaibigan niya sa bar, sina Erika, Patricia, Melody at Princess. Inimbita niya ang mga ito na kumain sa bahay niya. At habang nasa harap sila ng hapagkainan, doon na siya nakiusap na kung puwede siyang samahan ng mga ito sa bahay.

"Sige ba, basta may alak!" pilyang sagot ni Princess, ang pinakamatakaw sa alak sa kanilang lahat.

Tawanan naman ang tatlong babae at nag-agree dito. Tumango naman si Gregorio at pinangakong ibibigay niya ang gusto ng mga ito.

Hindi na tumanggi ang apat na matulog sa bahay niya. Palibhasa gustong-gusto ng mga ito na dumikit sa kanya dahil mayaman siya.

Akala ni Gregorio, iyon na ang sagot para mawala ang takot niya sa gabi. Subalit nang makatulog ay muli siyang dinalaw ng kaparehong panaginip. Sunod-sunod ang paglitaw ng mga eksena sa natutulog niyang diwa. Paulit-ulit ang mga ito hanggang sa magising siyang masikip ang dibdib.

Sa kanyang pagbangon, nakita niyang nakatayo muli sa harap ng kama ang alagang aso at nakatitig itong muli nang malalim sa kanya. Bahagya siyang kinilabutan dito. Nang magising ang isa sa mga babae ay doon pa lang biglang nagbalik sa pagiging maamo ang aso at nagtungo na sa puwesto nito.

Hindi na niya sinabi sa mga ito ang tungkol sa panaginip niya. Ayaw kasi niyang isipin ng mga ito na nababaliw siya, baka layasan pa siya.

Pero sa mga nagdaang gabi, palaging umuulit ang mga panaginip niya. Walang nagbabago sa mga eksena, nagkakapalit-palit lang ng puwesto ang mga ito pero iyon pa rin ang palaging laman ng panaginip niya.

At tuwing magigising naman siya, lagi niyang nakikita ang alagang aso na nakatingin sa kanya nang ganoon kalalim.

Hindi tuloy niya maiwasang kilabutan dito. Parang nagbabalak na tuloy siyang itapon sa labas ang aso dahil sa tingin niya'y ito ang nagdadala ng bangungot sa kanya.

Nagbabalak pa lang siyang palayasin ang aso sa bahay nang bigla na lang sumama ang pakiramdam niya. Napilitan siyang magpahinga sa kuwarto dahil parang dinapuan siya ng mataas na lagnat.

Sa pagkakataong iyon, nakita niyang lumapit ang aso sa kanyang higaan at tumitig muli ito nang malalim. Sa takot ay napilitan siyang tawagin sa cellphone si Erika at pinapunta sa kuwarto niya.

Nang bumukas ang pinto ay agad ding nagbalik sa dati ang kanyang aso at nagpunta na sa puwesto nito. Si Erika naman ay pumasok sa kuwarto at lumapit sa kanya.

"Bakit, ano'ng problema?"

"Ah, w-wala… May lagnat kasi ako ngayon, eh. Okay lang ba kayo na ang magluto ng hapunan?"

"Sure! Ano bang gusto mo?"

"Kahit ano, kayo na ang bahala, kung ano ang gusto n'yo."

"Okay sige, lalabas muna kami para makapamili ng pagkain mamaya sa grocery store."

Nang maiwan mag-isa si Gregorio sa bahay, doon pa lalong lumala ang pakiramdam niya. Ang init ay bumabalot na sa buo niyang katawan at umaakyat na rin sa kanyang utak.

Hindi na niya namalayan kung paano siya nilamon ng kakaibang init. Pagmulat niya ng mata, iba na ang paningin niya sa mundo. Parang nais niyang wasakin ito. Wala ring ibang nasa isip niya kundi gawing totohanan ang lahat ng mga eksena sa panaginip niya.

Sa pagkakataon ding iyon, nakatitig muli sa kanya nang malalim ang alagang aso habang nakatayo sa puwesto nito.

Pagbalik ng apat na babae, Ibang Gregorio na ang humarap sa kanila, may hawak na martilyo, at isa-isang hinampas ang mga ulo at tiyan nila.

Napakabilis ng mga pangyayari. Sa isang iglap lang, makikita si Erika na nakagapos sa kama habang dinudukot ni Gregorio ang kaliwa nitong mata.

Pagkatapos madukot ng mata, ibinaon ito ng lalaki sa puwerta ng babae. Labis iyong nagbigay ng nagbabagang temptasyon sa kanya. Nalibugan siya sa ginawa niya.

Dinukot pa niya ang mata ng babae at ibinaon muli sa butas ng puwerta nito.

Ang sumunod na pangyayari, makikita sina Patricia at Melody sa isang kuwarto, parehong hubo't hubad ang katawan habang magkayakap. Isang baril ang nakatutok sa ulo nila na hawak mismo ni Gregorio.

"Kapag hindi n'yo ginawa ang gusto ko, parehong sasabog ang mga ulo n'yo!"

Napilitan ang dalawa na gawin ang ipinag-utos sa kanila ng lalaki. Nagsimula silang hipuan ang isa't isa hanggang sa magdikit ang kanilang mga labi. Naghalikan sila sa harap ni Gregorio habang ginagahasa ang isa't isa.

Ang lalaki naman ay sarap na sarap sa pinapanood, napilitan pa siyang magjakol habang naglalampungan ang dalawang babae sa harap niya.

Nang magsawa, muli niyang iginapos ang mga ito at ikinulong sa kuwartong iyon. Nagtungo naman siya sa kusina kung saan makikitang nakatali sa upuan si Princess.

Pagpasok ni Gregorio, buhat-buhat nito ang alaga niyang pusa. Doon nagsimulang humagulgol si Princess. "Pakiusap, huwag mong gawin iyan sa alaga ko!"

Kahit anong pakiusap niya ay tila walang naririnig ang lalaki. Kinatay ito ni Gregorio sa kanyang harapan. Pinagtatadtad ang katawan ng alaga niyang pusa at inihain sa kanya bilang pagkain.

Halos bumaligtad ang sikmura ni Princess habang pinagmamasdan ang gutay-gutay na katawan ng pusa sa harap ng lamesa. Hindi na ito makilala sa tindi ng pagkakatadtad dito.

"Kainin mo 'yan kung ayaw mong ikaw ang kainin ko," malumanay ngunit madiing wika ni Gregorio, saka ito umupo sa harap ng babae.

Nang hindi pa niya ginalaw ang pinggan ay dinukot na ng lalaki sa bulsa ang baril nito at itinutok sa kanya. Doon pa lang napilitang kuhanin ni Princess ang kutsara at tinidor saka sinimulang kainin ang sariwang bangkay ng kanyang pusa.

Halos masuka pa siya habang dahan-dahang isinusubo ang maliliit na bahagi ng laman nito.

"Lakihan mo ang subo mo!"

Sa lakas ng boses ng lalaki ay napilitang kainin ni Princess ang katawan ng sarili niyang alaga kahit labag ito sa kalooban niya. Mahal niya ang kanyang pusa pero ayaw rin naman niyang mamatay pa. Kung ito na lang ang paraan para hindi siya saktan ng lalaki ay gagawin niya.

Tuwang-tuwa si Gregorio nang maisagawa niya sa totoong buhay ang laman ng panaginip niya. Halos mabaliw ito sa kakatawa.

Bigla namang lumabas sa lungga ang alaga nitong aso at nagtungo sa kinaroroonan ni Gregorio. Lumaki naman ang ngiti ni Gregorio nang masilayan ang alaga.

"Oh, kamusta ka naman, Onyx? Gusto mo bang kumain ulit?"

Sa pagkakataong iyon, bigla na lang nanghina si Gregorio. Tila nagbalik ang mataas niyang lagnat sa loob lamang ng isang segundo. Halos hindi na siya makatayo sa kinauupuan dulot ng labis na panghihina.

Nakita niya muli kung paano tumitig nang malalim ang aso niya. At habang nasa ganoong kalagayan, doon lang napagtanto ni Gregorio ang lahat ng nagawa niya sa apat na babae.

Sinira niya ang buhay ng mga ito sa kaparehong paraan kung paano niya sinira ang buhay ng mga biktima niya noong sindikato pa siya.

Natuklasan ni Gregorio, kahit ipabago pa niya ang mukha, hindi nito matatakpan ang dugong kriminal na nananalaytay sa pagkatao niya. At sa tulong ng asong nabili niya sa kung saan ay lalo pa itong lumala.

Tama, bakit ngayon lang niya ito nalaman? Tila may ginagawang himala ang asong ito kaya siya nagkakaganoon.

Kung alam lang niya, ang asong nabili niya sa matandang Tsino ay isang Zuzhou dog, isang asong nagdadala ng malas sa sinumang mag-alaga rito. Ang aso ay nagbibigay ng bangungot at masasamang panaginip sa kanilang mga amo. Mga panaginip na sumasailalim sa Phantasmagoria, mga uri ng magkakaibang eksena na pinagsama-sama para makabuo ng madidilim na ilusyon at imahinasyon.

Kapag hindi naagapan, unti-unti nitong padidilimin ang utak ng tao hanggang sa magkaroon ito ng pagnanasa na makita sa totoong buhay ang mga eksena sa panaginip nito. Gagawan nito ang lahat para lang magkatotoo ang mga panaginip, gaya ng ginawa ni Gregorio sa apat na babae.

Dahil tapos na ang misyon ng aso na lasunin ang utak ng amo, umakyat ito sa lamesa at kinagat sa leeg si Gregorio. Sa sobrang sakit ay dumilim ang diwa ng lalaki at hindi na nito namalayan ang ginawang pagtakas ng mga babae, maliban kay Erika na binawian na ng buhay habang nakagapos sa kama.

Agad nakarating sa awtoridad ang pangyayari. Kinabukasan din, nagbalik ang tatlong babae sa bahay ni Gregorio kasama ang mga pulis. Hinanap nila ang lalaki sa buong paligid. Hanggang sa makapasok sila sa kusina kung saan isang nakasusukang eksena ang nakita nila.

Si Gregorio, nakaupo sa harap ng lamesa at pugot ang ulo, habang dinidilaan ng alaga nitong aso ang sariwang dugo sa leeg nito.

Wakas.

About the Author

Draven Black is an aspiring writer who can be found in many online writing platforms. His main genre is Horror and he is known for creating short stories on Wattpad and Facebook.

Most of this works have also been narrated and animated in many horror channels on YouTube. He is also capable of writing Drama, Romance and Fantasy that will be found on Dreame platform.

He likes to experiment a lot and most of his works in the Horror genre can be considered as "experimental". He intentionally goes with disturbing imagery that are far from what many are accustomed to. He believes that art shouldn't be safe, and should be allowed to be unsafe and unsettling.

He is a mysterious person and no one knows his real name. Not even the publishers of this book. He likes to hide his identity in order to protect the darkest secrets of his mind that are capable of creating something really dark and disturbing.

The only thing that many people know about him is that death is his fantasy. He likes to create a different kind of deaths in various scenarios in his writings.

Despite all that, he is actually afraid of death. He has this condition called Thanatophobia where a person has an intense fear of death or dying. He can't imagine himself being unable to wake up one day and leave this world.

Because of this, he decided to fight his own phobia by creating different kinds of deaths in his stories. He likes to kill his main characters in a very disturbing way and make them pray for their own death.

Death is also the main element in his stories, especially in the Horror genre. His favorite quote is "life is a beautiful lie and death is the painful truth" by Paul K. Metheney.